മായാസൂര്യൻ

സക്കറിയ

ലേഖനം

മായാസൂര്യൻ
ഓർമ്മകൾ ● വ്യക്തികൾ ● പുസ്തകങ്ങൾ

സക്കറിയ

ഗ്രീൻ ബുക്സ്

green books private limited
gb building, civil lane road, ayyanthole,
thrissur- 680 003, kerala, ph: +91 487-2381066, 2381039
website: www.greenbooksindia.com
e-mail: info@greenbooksindia.com

malayalam
mayasooryan
article
by
zacharia

first published august 2017
copyright reserved

cover design : rajesh chalode

branches:
thrissur 0487-2422515
palakkad 0491-2546162
kannur 0497-2763038
thiruvananthapuram 8589095301

isbn : 978-93-86440-75-4

no part of this publication may be reproduced,
or transmitted in any form or by any means,
without prior written permission of the publisher.

GBPL/936/2017

മുഖക്കുറി

ഏതൊരു കൊടിക്കീഴിലും ഫാസിസത്തിന്റെ സമഗ്രാധികാരപ്രവണത അന്തർലീനമാണെന്നും സാമൂഹ്യാന്ധതയെയും പൊതുമറവികളെയും ചരിത്രാജ്ഞതയെയും മുതലെടുത്താണ് അധികാരം വളരുന്നതെന്നും ആഗോളവത്ക്കരണവും അതിനോടൊത്ത് വികസിച്ചുവന്നിട്ടുള്ള കമ്പോളസംസ്കാരവുമാണ് മതത്തെയും രാഷ്ട്രീയത്തെയും സംസ്കാരത്തെയും ചലിപ്പിച്ചുകൊണ്ടിരിക്കുന്നതെന്നും സക്കറിയ വ്യക്തമാക്കുന്നു. ഓർമ്മകളെയും പുസ്തകങ്ങളെയും വ്യക്തികളെയും വ്യത്യസ്തമായ കാഴ്ചപ്പാടോടെ കാണുന്ന കൃതി.

കൃഷ്ണദാസ്
മാനേജിങ് എഡിറ്റർ

ഉള്ളടക്കം

"സെൽബോണിന്റെ പ്രകൃതിചരിത്രം" 09

"ഒരു ഗാന്ധിയൻ കമ്യൂണിസ്റ്റിന്റെ ഓർമകൾ" 16

കളവു പറയാനൊരു മലയാളം 29

ആധാരശില 33

ഒ.വി. വിജയന് ഒരടിക്കുറിപ്പ് 37

കെ.ജെ. എബ്രാഹമിനെ ഓർമ്മിക്കുമ്പോൾ 44

ഒരു പുസ്തകപ്പുഴുവിന്റെ പരിണാമം 50

മായാസൂര്യൻ 56

ഇനിയും മരിച്ചിട്ടില്ലാത്ത എം. സുകുമാരൻ 66

ജെയിംസ് ജോയ്സും ഒരു കരിമ്പുലിയും 72

സി.പി. പത്മകുമാർ: സന്മനസ്സുള്ളവന്റെ സമാധാനം 80

വനലോകം 82

തങ്കമ്മയുടെ മകൻ 85

“സെൽബോണിന്റെ പ്രകൃതിചരിത്രം”

ഇംഗ്ലണ്ടിലെ സെൽബോൺ (Selborne) എന്ന കുഗ്രാമത്തിലേക്ക് ഒരു കൊടുംമഴയുടെയും വൻമൂടൽമഞ്ഞിന്റെയും നാളിൽ ഞാൻ നടത്തിയ യാത്ര എന്റെ ഹൃദയത്തിൽ നിന്നുയർന്ന തീർഥയാത്രയായിരുന്നു. ഞാൻ ആരാധിക്കുന്ന ഗ്രന്ഥങ്ങളിലൊന്നാണ് ഗിൽബർട്ട് വൈറ്റിന്റെ (Gilbert White) ‘സെൽബോണിന്റെ പ്രകൃതിചരിത്രം’ (The Natural History of Selborne). മനസ്സ് വിഷമിക്കുമ്പോൾ മാത്രമല്ല, മനസ്സിൽ ആനന്ദം നിറയുമ്പോഴും ഞാനത് എടുത്ത് ഏതെങ്കിലും താൾ തുറന്ന് കുറച്ചുനേരം വായിക്കും. അതിൽ സാഹിത്യമോ തത്ത്വചിന്തയോ മഹദ്വചനങ്ങളോ ഒന്നുമില്ല. 35-ാം വയസ്സു മുതൽ 73-ാം വയസ്സിൽ മരിക്കും വരെ ഗിൽബർട്ട് വൈറ്റ് എന്ന അവിവാഹിതനായ പ്രകൃതിസ്നേഹി തന്റെ വീട്ടുവളപ്പിലും സെൽബോൺ എന്ന ഓണംകേറാമൂലയുടെ ചുറ്റുപാടുകളിലും കണ്ണോടിച്ചും കാതോർത്തും കുറിച്ചുവെച്ച കുറെ കാര്യമാത്രപ്രസക്തമായ വിവരങ്ങൾ മാത്രമേ അതിലുള്ളൂ. കാല്പനിക വിവരണങ്ങളില്ല, ആധ്യാത്മിക പ്രബോധനങ്ങളില്ല. ആരുമറിയാതെ ആ കോണിൽ സ്വസ്ഥജീവിതം നയിച്ച ഒരു മനുഷ്യൻ പ്രകൃതിയിൽ കണ്ടെത്തിയ വെറും ചില്ലറക്കാര്യങ്ങൾ മാത്രം: പൂക്കൾ വിരിയുന്ന സമയം, ഇല തളിർക്കുന്ന സമയം, പക്ഷികൾ സംഘം ചേരുന്നത്, മഞ്ഞുകാലത്തിനുശേഷം അവ പാടിത്തുടങ്ങുന്നത്, ഒച്ചിനെ കണ്ടുതുടങ്ങുന്നത്, ചിത്രശലഭങ്ങൾ പ്രത്യക്ഷപ്പെടുന്നത്, എട്ടുകാലി വല കെട്ടിത്തുടങ്ങുന്നത്, മഴ വന്നത്, മേഘങ്ങളുടെ നീക്കങ്ങൾ, മണ്ണിരകളുടെ ഇടപാടുകൾ എന്നിങ്ങനെ ഒരായിരം പ്രകൃതിസംരംഭങ്ങളുടെ നാൾവഴിയാണ് ഗിൽബർട്ട് വൈറ്റ് പ്രത്യേകിച്ച് ഒന്നിനും വേണ്ടിയല്ലാതെ കുറിച്ചിട്ടത്. അത്തരമൊരു കുഗ്രാമപ്രകൃതിയിൽ വളർന്നതുകൊണ്ടായിരിക്കണം എനിക്ക് ‘സെൽബോണിന്റെ പ്രകൃതിചരിത്രം’ ഏത് വിശുദ്ധഗ്രന്ഥത്തിനെക്കാളും വിശുദ്ധമായ ഒരു ഗ്രന്ഥമായിത്തീർന്നത്. പക്ഷേ, ഞാൻ ഏകനല്ല. ഇംഗ്ലീഷ് ഭാഷയിൽ ഏറ്റവുമധികം വിറ്റഴിക്കപ്പെടുന്ന ഗ്രന്ഥങ്ങളിലൊന്നാണ് ഗിൽബർട്ട് വൈറ്റിന്റെ എളിയ കുറിപ്പുകൾ.

1720-ലാണ് വൈറ്റ് ജനിച്ചത്. 1793-ൽ മരിച്ചു. ഓക്സ്ഫോഡിൽ നിന്ന് ബിരുദം നേടിയശേഷം ക്യൂറേറ്റ് (Curate) - അച്ചനും കപ്യാർക്കുമിട യിലുള്ള ഒരു പദവി - ആയി ചെറുശമ്പളത്തിൽ ജോലി നോക്കി. 1755-ൽ 35-ാം വയസ്സിൽ സെൽബോണിൽ മടങ്ങിവന്നശേഷവും വല്ലപ്പോഴും ക്യൂറേറ്റ് ജോലി ചെയ്തിരുന്നു. പക്ഷേ, അടിസ്ഥാനപരമായി അദ്ദേഹം ഒരു private gentleman എന്ന് ഇംഗ്ലണ്ടിൽ വിവരിക്കപ്പെടുന്ന പൗരനായി രുന്നു. അതായത് അല്പം പൈതൃകസ്വത്തുമായി സ്വസ്ഥം ഗൃഹഭരണം.

വൈറ്റ് ഇംഗ്ലണ്ടിൽനിന്ന് ഇനിയും മാഞ്ഞുപോയിട്ടില്ലാത്ത ഒരു കുഗ്രാമീണതയുടേയും അതിന്റെ പ്രകൃതിയുടേയും ചരിത്രകാരൻ മാത്രമായിരുന്നില്ല. ജീവിശാസ്ത്ര-പ്രകൃതിശാസ്ത്ര പണ്ഡിതന്മാർ ഗിൽബർട്ട് വൈറ്റിനെ കാണുന്നത് 19-ാം നൂറ്റാണ്ടിലെ ശാസ്ത്രവിപ്ലവ ത്തിന്റെ ഭാഗമായി പ്രവർത്തിച്ച ജീവിശാസ്ത്രപ്രതിഭകളായിരുന്ന ചാൾസ് ലൈൽ (Charles Lyell), ഹെർബർട്ട് സ്പെൻസർ (Herbert Spencer), ചാൾസ് ഡാർവിൻ (Charles Darwin), തോമസ് ഹക്സ്‌ലി (Thomas Huxley) തുടങ്ങിയവരുടെ വഴികാട്ടിയായിട്ടാണ്. ഡാർവിൻ നടത്തിയ വൈറ്റിന്റേതുപോലെയുള്ള, എന്നാൽ കൂടുതൽ വിപുലവും ശാസ്ത്രാ ധിഷ്ഠിതവുമായ പ്രകൃതിനിരീക്ഷണങ്ങൾ, സൃഷ്ടി-മിത്തിൽ നിന്ന് പാശ്ചാത്യലോകത്തെ മോചിപ്പിച്ച് പരിണാമബോധത്തിലെത്തിച്ചത് സുപ്രസിദ്ധമാണ്.

വൈറ്റ് തന്റെ നിരീക്ഷണങ്ങൾ കുറിച്ചുതുടങ്ങുമ്പോൾ ഇംഗ്ലണ്ടിലെ പ്രകൃതിശാസ്ത്രവും ജീവിശാസ്ത്രവും പഴങ്കഥകളിലും മതങ്ങളുടെ കെട്ടുകഥകളിലും കേട്ടുകേൾവികളിലും കുടുങ്ങിക്കിടക്കുകയായിരുന്നു. വൈറ്റിന്റേയും അദ്ദേഹത്തിന്റെ സമകാലികരായ പ്രകൃതിനിരീക്ഷകരു ടേയും പഠനങ്ങളാണ് ജീവിശാസ്ത്രത്തിനും പ്രകൃതിശാസ്ത്രത്തിനും തത്ത്വദർശനത്തിന്റേയും ശാസ്ത്രീയ നിരീക്ഷണത്തിന്റേയും അടിത്തറ പാകിയത്.

ഗിൽബർട്ട് വൈറ്റ് മരണമടഞ്ഞിട്ട് 218 വർഷമായി. പ്രകൃതി ശാസ്ത്രവും പ്രകൃതിബോധവും അദ്ദേഹമെഴുതിയ ആദ്യപാഠങ്ങളിൽ നിന്ന് അതിവേഗം വളർന്നു. കേരളത്തിലും ആധുനികമായ പരിസ്ഥിതി ബോധവും പ്രകൃതിബോധവും കുറച്ചുപേരിലെങ്കിലും വന്നെത്തി ക്കഴിഞ്ഞു. അദ്ദേഹത്തെപ്പോലെ ഒരു സമ്പൂർണ സമയപ്രകൃതിനിരീ ക്ഷകനാവുക ഇന്ന് എളുപ്പമല്ലായിരിക്കാം. പക്ഷേ, ആ മനോഭാവവും മാനസികസംസ്കാരവും നമുക്ക് മറ്റൊരു സമ്പന്നത നല്കുന്നു.

വസ്തുതാപരമായി നോക്കിയാൽ എല്ലാ മനുഷ്യരും പ്രകൃതി യുടേയും ജീവജാലങ്ങളുടേയും ആരാധകരായിക്കൊള്ളണമെന്നില്ല. കാരണം അത് കലകളോടുള്ള ആഭിമുഖ്യംപോലെ, ഒന്നുകിൽ ജന്മ വാസനയാണ് അല്ലെങ്കിൽ മാനസിക പരിശീലനമാണ്. ഹൃദയത്തെ കുതിച്ചുചാടിക്കുന്ന ഒരു പ്രകൃതിദൃശ്യത്തിന് മുമ്പിലെത്തിച്ചാൽ, ചുറ്റും

നോക്കി 'എന്താണിവിടെ?' എന്ന് ചോദിക്കുന്നവർ ധാരാളമുണ്ട്. അത വരുടെ കുറ്റമല്ല. അവരുടെ മനസ്സിൽ അങ്ങനെയൊരു വാതിൽ തുറന്നിട്ടില്ല - അത്രതന്നെ. അവരുടെ ജീവിതങ്ങൾ സന്തോഷകരമായി മുന്നോട്ടു പോകുകയും ചെയ്യും. പക്ഷേ, ആ വാതിൽ തുറന്നുകിട്ടുന്നവരുടെ ജീവിതങ്ങൾക്ക് ഒരു പ്രത്യേക ഐശ്വര്യം ലഭിക്കുന്നു. അതിന് ഒന്നിലേറെ മുഖങ്ങളുണ്ട്. സൗന്ദര്യദർശനത്തിന്റെ, ജീവജാലങ്ങളെപ്പറ്റിയുള്ള സമസൃഷ്ടിബോധ ത്തിന്റെ, പരിസ്ഥിതിയുമായുള്ള പൊക്കിൾക്കൊടിബന്ധത്തിന്റെ. ഇതൊരു ഇരട്ടപ്രതിഭാസമാണ്. നിങ്ങൾ പ്രകൃതിയേയും ജീവജാല ങ്ങളേയും നിങ്ങളിൽനിന്ന് വ്യത്യസ്തമായി നോക്കിക്കാണുന്നതിനൊപ്പം തന്നെ നിങ്ങളതിന്റെ അവിഭാജ്യ ഭാഗമാണെന്ന് തിരിച്ചറിയുകയും ചെയ്യുന്നു. ഇതൊരു ആന്തരിക സംസ്കാരമാണ്. ഇതില്ലാതെയും ആനന്ദ ത്തോടെ ജീവിക്കാമെന്നതിന് സംശയമില്ല. പക്ഷേ, ഈ സംസ്കാരം നമുക്ക് നല്കുന്ന അദൃശ്യമായ സമ്പന്നത, വെറുതെ പ്രകൃതിക്കു മുമ്പിൽ കണ്ണുതുറന്നു പിടിച്ചാൽ മാത്രം ലഭിക്കുന്ന പൂർണമായും സൗജന്യമായ ആനന്ദത്തിന്റേത് മാത്രമല്ല, പരിണാമത്തിലൂടെ പ്രവർത്തിക്കുന്ന പ്രപഞ്ച ബുദ്ധിശക്തിയുടെ ശൃംഖലയിലെ നമ്മുടെ ചെറുസ്ഥാനം തിരിച്ചറിയുന്ന തിന്റെ ഊർജത്തിന്റേതുമാണ്. അത് നമ്മെ മറ്റ് മനുഷ്യരോടും മറ്റെല്ലാ ജീവജാലങ്ങളോടും അല്പംകൂടി ശ്രദ്ധയോടെ പെരുമാറാൻ പ്രേരിപ്പി ക്കുന്നു. ഈ പ്രപഞ്ചത്തിലെ നമ്മുടെ പൗരത്വത്തെപ്പറ്റി നമ്മെ അല്പം കൂടി ബോധവാന്മാരാക്കുന്നു. നമ്മുടെ ഗ്യാലക്സിയായ ക്ഷീരപഥം സ്ഥിതിചെയ്യുന്ന പ്രപഞ്ച ദേശത്തിന്റെ ഒരു ചിത്രം ഞാൻ വല്ലപ്പോഴും എടുത്തുനോക്കാറുണ്ട്. മനോഹരവും അമ്പരപ്പിക്കുന്നതുമായ ഒരു ജാലകപ്പുറക്കാഴ്ചയാണ് അത് നല്കുന്നത്.

ജീവിത സംസ്കാരത്തിന്റെ ഉന്നതമൂല്യങ്ങൾക്ക് ഊന്നൽ കൊടു ക്കുന്ന ലോകസമൂഹങ്ങളിൽ പൗരന് ചെറുപ്രായം മുതൽ ഇത്തരത്തി ലൊരു മാനസിക പരിശീലനം നല്കുകയും പ്രകൃതിബോധത്തിന്റേയും പരിസ്ഥിതി ബോധത്തിന്റേയും കടമകൾ അവനിൽ അരക്കിട്ടുറപ്പി ക്കുകയും ചെയ്യുന്നതായി കാണാം. ജനസംസ്കാരത്തിന്റെ ആധാരശില യാണത്. അത്തരം സമൂഹങ്ങൾ മറ്റുള്ളവരെ പിന്നിലാക്കി മുന്നേറുന്ന തിന്റെ രഹസ്യവും മറ്റൊന്നല്ല.

ഇന്ത്യയിൽ പ്രകൃതിയെ അമ്മ, ദേവി എന്നിങ്ങനെ കാല്പനികമായും മതപരമായും സങ്കല്പിക്കുന്നുണ്ട്. പക്ഷേ, അത്തരം മറ്റ് സങ്കല്പങ്ങളെ പോലെ, യഥാർഥ ജീവിതസന്ദർഭങ്ങളിൽ അവയ്ക്ക് യാതൊരു വിലയും നല്കപ്പെടുന്നില്ല. പശു മാതാവാണ്. അങ്ങനെ വിശ്വസിച്ചുകൊണ്ടുതന്നെ പശുക്കളോടും മാതാക്കളോടും ഒരുപോലെ ദ്രോഹം ചെയ്യുന്നവർ ധാരാളം. എല്ലാവർക്കും പ്രിയപ്പെട്ട ഗണപതിയുടെ ശിരസ്സ് ആനയുടെ താണ്. പക്ഷേ, നാട്ടാനകളോട് ദൈവനാമത്തിൽ ചെയ്യപ്പെടുന്ന ക്രൂരതകൾ നാസികളുടേതിനെ തോല്പിക്കുന്നവയാണ്. പ്രകൃതി

11

അമ്മയാണെന്നുള്ള പ്രാർഥനകൾ ചൊല്ലുന്നവർ തന്നെയാണ് ആ അവബോധം തീരെയില്ലാത്തവരോടൊപ്പം പ്രകൃതിയിലേക്ക് മാലിന്യങ്ങൾ വലിച്ചെറിയുന്നത്. കാല്പനികതയ്ക്കും പ്രാർഥനകൾക്കും പകരം അവർക്ക് ആദ്യം മുതൽ പ്രകൃതിയെ യാഥാർഥ്യത്തിന്റെ തലത്തിൽ സ്നേഹിക്കുകയും ബഹുമാനിക്കുകയും, നാം ജീവിക്കുന്ന ഇടങ്ങളുടെ യഥാർഥ പരിസരങ്ങളിൽ കാലൂന്നി നില്ക്കുകയും ചെയ്യുന്ന ഒരു സാമൂഹിക ജീവിത സംസ്കാര പരിശീലനം നല്കിയിരുന്നെങ്കിൽ അവർ പ്രകൃതിയെ അവഹേളിക്കാൻ മടിക്കുകയെങ്കിലും ചെയ്യുമായിരുന്നു. വിദ്യാഭ്യാസ പദ്ധതിയിലൂടെ ശരീര ശാസ്ത്രവും പ്രത്യുത്പാദന ശാസ്ത്രവുമായി പൗരന്മാർ പരിചയപ്പെട്ടിരുന്നുവെങ്കിൽ കേരളം ഇന്നത്തെപ്പോലെ ലൈംഗിക മനോവൈകൃതങ്ങളുടെ ഒരു ഭ്രാന്താലയമായി മാറില്ലായിരുന്നു എന്നതുപോലെയാണ് ഇതും. മലയാളിയുടെ ദൗർഭാഗ്യം അവന്റെ പുറത്തെ പരിസ്ഥിതിയും അകത്തെ പരിസ്ഥിതിയും ഒരുപോലെ ചീഞ്ഞളിഞ്ഞിരിക്കുന്നു എന്നതാണ്.

പരിസ്ഥിതിവാദത്തിന്റെ ആദർശങ്ങളെയും സദുദ്ദേശ്യങ്ങളെയും - കടുംപിടിത്തങ്ങളെപ്പോലും - പൂർണമായി അംഗീകരിക്കുമ്പോഴും കേരളത്തിലത് പ്രദർശിപ്പിക്കുന്ന ഒരു ബലഹീനത ശ്രദ്ധേയമാണ്. ഇതിനെ ഞാൻ കാണുന്നത് മേൽസൂചിപ്പിച്ച കാല്പനികതയുടെ ഒരു ഉപോത്പന്നമായാണ്. അതായത് പരിസ്ഥിതിവാദത്തിന്റെ പ്രഘോഷണങ്ങൾ ഏതാണ്ട് പൂർണമായും കാടിനേയും അതിലെ ജീവജാലങ്ങളെയും ചുറ്റിപ്പറ്റിയാണ് നിലനില്ക്കുന്നത്. ഒരുപക്ഷേ, സൈലന്റ് വാലി എന്ന ആരംഭ ബിന്ദുവിൽ നിന്നായിരിക്കാം ഈ സ്വഭാവം അതിന് ലഭിച്ചത്. വനമേഖലയിലെ പരിസ്ഥിതി മാത്രമായിത്തീർന്നു പരിസ്ഥിതിവാദത്തിന്റെ കാതൽ. മനുഷ്യർ ജീവിക്കുന്ന ഇടങ്ങളിലെ പരിസ്ഥിതി അതിന്റെ കണ്ണിൽപ്പെടാതെ പോയി. പന്നിവളർത്തലിനെതിരെയും മാലിന്യനിക്ഷേപത്തിനെതിരേയും സംഘടിച്ചു. പക്ഷേ, സ്വന്തം ഇടങ്ങൾ പന്നിക്കൂടുകളെപ്പോലെയും മാലിന്യനിക്ഷേപ കേന്ദ്രങ്ങളെപ്പോലെയും ആക്കിത്തീർക്കുന്നതിൽ ആരും അസ്വാഭാവികത കണ്ടില്ല. ഇതിനെ ഇരട്ടത്താപ്പ് എന്ന് പുച്ഛിക്കാം. പക്ഷേ, അതിനുമപ്പുറത്തുള്ള ഒരു മഹാസാംസ്കാരിക പ്രതിസന്ധിയാണിത്. ഒരു സമൂഹത്തിലെ അംഗങ്ങൾ മുഴുവൻ കണ്ണടച്ച് ഇരുട്ടാക്കുന്നവരായിത്തീർന്നു. സ്വന്തം സൃഷ്ടിയായ മാലിന്യക്കൂമ്പാരങ്ങൾക്ക് നടുവിൽ നിന്നുകൊണ്ട് പരിസ്ഥിതി സ്നേഹവും സംസ്കാര സമ്പന്നതയും പ്രഖ്യാപിക്കുന്നവരായി.

കാട്ടിലേക്കുമാത്രം കണ്ണുനട്ടിരുന്ന പരിസ്ഥിതി പ്രവർത്തകർ അഭിമുഖീകരിക്കാൻ വിസമ്മതിച്ച അല്ലെങ്കിൽ കണ്ടില്ലെന്ന് നടിച്ച, മറ്റൊരു ഭീകരപ്രഹരമാണ് കേരളത്തിലെ നദികളുടേയും പുഴകളുടേയും ഏതാണ്ടെല്ലാ ജലസ്രോതസ്സുകളുടേയും മേൽ വന്നുവീണത്. പരിസ്ഥിതി പ്രവർത്തകരുടെ മൂക്കിനു മുന്നിൽ, പ്രതിപക്ഷത്തേയും ഭരണപക്ഷത്തേയും രാഷ്ട്രീയപാർട്ടികൾ നിയോഗിച്ച മണലൂറ്റ് മാഫിയകൾ

അവയെ വെറും മഴവെള്ളച്ചാലുകളാക്കി മാറ്റി – ഇന്നും ആ അവിശ്വസ നീയമായ നശീകരണം നിർബാധം തുടരുന്നു. കൊക്കക്കോള പ്ലാച്ചിമട യിൽ നിന്നൂറ്റിയത് കുറെ ലക്ഷം ലിറ്റർ വെള്ളമായിരുന്നെങ്കിൽ രാഷ്ട്രീയ പാർട്ടികളുടെ മണൽമാഫിയകൾ ഭാരതപ്പുഴ പോലെയുള്ള പൈതൃക നദികളെ ഉടലോടെ ഊറ്റിക്കൊണ്ടുപോയി. പരിസ്ഥിതിസ്നേഹികൾക്ക് അത് നോക്കിനില്ക്കാനേ കഴിഞ്ഞുള്ളൂ.

ഈ മനഃശാസ്ത്രത്തിന് മറ്റൊരു വശം കൂടിയുണ്ട്. സംസ്കാര മെന്നാൽ ദൃശ്യ ശ്രവ്യ കലകളും സാഹിത്യവുമാണ് എന്ന അലിഖിത വിശ്വാസമാണത്. ഈ വിശ്വാസത്തിന്റെ പ്രത്യേകത അത് ഏറ്റവും വിലപ്പെട്ടതായി കാണുന്നത് പരമ്പരാഗത കലകളെയാണ് എന്നതാണ്. ആ കലകളുടെയും സാഹിത്യത്തിന്റേയും ആസ്വാദകരായിത്തീർന്നാൽ സംസ്കാര സമ്പന്നരായിക്കഴിഞ്ഞു എന്ന് കരുതുന്നവർ ധാരാളമുണ്ട്. അതവരുടെ കുറ്റമല്ല. സമൂഹം വിവിധ പാതകളിലൂടെ അവർക്ക് നല്കിയ മാനസിക പരിശീലനം അതാണവരോട് പ്രബോധിപ്പിച്ചത്. കലകളും സാഹിത്യവും ജീവിത സംസ്കാരത്തിന്റെ ആയിരമായിരം ഘടകങ്ങളി ലൊന്നു മാത്രമാണെന്നും പൗരൻ അവന്റെ നിത്യജീവിതത്തിൽ പ്രദർശി പ്പിക്കുന്ന പരസ്പര സൗമനസ്യങ്ങളും പൊതുനിയമാനുസരണകളും പരിസ്ഥിതി പരിഗണനകളും ഹൃദയവിശാലതയും ജനാധിപത്യ മര്യാദ കളും സത്യസന്ധതകളുമാണ് സംസ്കാരം എന്ന പ്രതിഭാസത്തിന്റെ കാതൽ എന്നും ആരും അവരോട് പറഞ്ഞില്ല. അങ്ങനെ ഒരു ബഹുഭൂരി പക്ഷം മലയാളികൾ 'സംസ്കാരം' കലാവേദികളിലും പുസ്തകങ്ങളിലും കണ്ടെത്തുന്നവരായിത്തീർന്നു. വീട്ടിലും തെരുവിലും പണിസ്ഥലത്തും വാഹനത്തിലുമെല്ലാമാവട്ടെ അവരുടെ സംസ്കാരം മനുഷ്യനെയും പ്രകൃതിയെയും ഒരുപോലെ നിരാകരിക്കുന്ന പ്രാകൃതമായ ഒന്നായി ത്തീർന്നു. കേരളം ഈ സംസ്കാരത്തിന്റെ ഭയപ്പെടുത്തുന്ന സാധനാ പാഠമാണ്. സമകാലിക ജീവിതത്തിന്റെ സിരാനാഡികളായ പൊതു ഗതാഗതവീഥികളിൽ മലയാളികൾക്ക് അടിസ്ഥാന മാനവിക സംസ്കാരം ഇല്ലാതായിപ്പോയതിന്റെ ഫലമായി രക്തത്തിൽ ചാലിച്ച ലക്ഷക്കണക്കിനു കുരുതികൾ കേരളത്തിലെ പാതകളെ ഭൂതാവിഷ്ടമാക്കുന്നു. കഴിഞ്ഞ പത്തു വർഷത്തിൽ മാത്രം 35000ത്തിലേറെ മലയാളികളാണ് പാതക ങ്ങളിലെ പ്രാകൃതസംസ്കാരത്തിന്റെ ഇരകളായി മരിച്ചത്. ഒരു മഹാ യുദ്ധത്തിൽ കൊല്ലപ്പെട്ടേക്കാവുന്ന സംഖ്യ! കച്ചേരി കഴിഞ്ഞ് ഹൃദയം നിറയെ ത്യാഗരാജ സംഗീതവുമായി കാർപാർക്കിലെത്തുന്ന സംസ്കാര സമ്പന്നൻ കാർ പിന്നോട്ടെടുക്കുമ്പോൾതന്നെ ഒരു സംഹാരരുദ്രനായി മാറുന്നു. പാതയും പ്രകൃതിയാണ്. ആനയ്ക്കും ഉറുമ്പിനും കടുവയ്ക്കും പാതകളുണ്ട്. ആകാശത്തിൽ പക്ഷികൾക്ക് പാതകളുണ്ട്. അവയൊന്നും പാതകളിൽ പരസ്പരം കൊല്ലുന്നില്ല. മലയാളിയിലെ കൊലയാളി വാഹന മെടുത്ത് പാതയിലിറങ്ങുന്നതോടെ അവന്റെ മരണക്കണ്ണ് തുറക്കുന്നു.

അരനൂറ്റാണ്ടിനു മുമ്പ് മലകളിൽ കുടിയേറി കാട് വെട്ടിത്തെളിച്ച ദരിദ്ര കർഷകർ നിരക്ഷരകുക്ഷികളായിരുന്നു. അവർ 'നിശ്ശബ്ദവസന്തം' (Silent Spring) വായിച്ചിട്ടുണ്ടായിരുന്നില്ല - അത് എഴുതപ്പെട്ടിട്ടുതന്നെ ഉണ്ടായിരുന്നില്ല. ഇന്ന് കേരളത്തിൽ പരിസ്ഥിതി പണ്ഡിതരുടെ ഒരു സൈന്യം തന്നെയുണ്ട്. പക്ഷേ, അവരുടെ കൺമുന്നിൽ തന്നെയാണ് ഇവിടെ സൂചിപ്പിച്ചതുപോലെ നദികളും പുഴകളും അപ്രത്യക്ഷമായിക്കൊണ്ടിരിക്കുന്നത്. പട്ടിണി നീക്കാൻ കാടുകയറിയ കർഷകന്റെ ദൗത്യത്തെയും കൊള്ളലാഭത്തിനു വേണ്ടി മണൽ കോരുന്ന രാഷ്ട്രീയ മാഫിയകളുടെ ദൗത്യത്തെയും എങ്ങനെ ഇന്ന് നോക്കിക്കാണണം? കാടിനെപ്പോലെ വില പിടിച്ചതല്ല നദികളും പുഴകളും എന്നുണ്ടോ? കർഷകനോടുള്ള ഒരു ജനിതക - അവജ്ഞ മലയാളിയുടെ ഫ്യൂഡൽ മനസ്സിൽ മുദ്രിതമാണ്. മുല്ലപ്പെരിയാറിൽനിന്ന് ഒഴുകുന്ന വെള്ളം തമിഴ്നാട്ടിൽ സൃഷ്ടിച്ചത് പക്ഷികൾ കൂടുവെക്കുന്ന മരങ്ങളും ആനകൾ വെള്ളം കുടിക്കുന്ന കാട്ടരുവികളും ധാന്യവിളകൾ കാറ്റിലാടുന്ന വയലുകളും തെങ്ങിൻതോപ്പുകളും ആടുമാടുകൾ മേയുന്ന മൈതാനങ്ങളും ഓടിക്കളിക്കുന്ന കുട്ടികളും നിറഞ്ഞ ഒരു പുതിയ പ്രകൃതിയെയാണ് എന്ന് മുല്ലപ്പെരിയാർ തീവ്രവാദികൾ മറക്കുന്നത് ഇക്കാരണത്താലാണ്. ആ പുതിയ പ്രകൃതിയിൽനിന്ന് തമിഴ് കർഷകർ വിളയിക്കുന്ന വിഭവങ്ങളാണ് താനും കുഞ്ഞുങ്ങളും ഭക്ഷിക്കുന്നതെന്നും തീവ്രവാദി മറക്കുന്നു. ഈ 21-ാം നൂറ്റാണ്ടിൽ, 2011-ൽ, ഒരു പുതിയ അണക്കെട്ട് ഒരു വനമേഖലയിൽ ആസൂത്രണം ചെയ്യുമ്പോൾ Environmental Impact - പരിസ്ഥിതി ആഘാതം - എന്ന പദം എങ്ങനെ മറക്കാൻ കഴിയും? മുല്ലപ്പെരിയാർ അണക്കെട്ടോ ഇടുക്കി അണക്കെട്ടോ തകർന്ന് ഒരു ജീവൻ പോലും നശിക്കാൻ പാടില്ല എന്നതിന് സംശയമില്ല. പക്ഷേ, മനുഷ്യനേയും പ്രകൃതിയേയും സംബന്ധിച്ച് ഇത്ര മാത്രം ഉപരിപ്ലവവും ചിന്താശൂന്യവുമായ സമീപനങ്ങളുപയോഗിച്ചാണോ ഈ പ്രശ്നത്തെ നേരിടേണ്ടത് എന്നത് ഒരു വലിയ ചോദ്യചിഹ്നമാണ്.

ആദ്യം സൂചിപ്പിച്ചതുപോലെ പ്രകൃതിസ്നേഹികളുടേയും പരിസ്ഥിതി പണ്ഡിതരുടേയും ഒരു വൻ സൈന്യം തന്നെ ഇവിടെ ഉണ്ടായിട്ടും കേരളത്തിലെ അവസാനത്തെ പറുദീസ എന്ന് വിശേഷിപ്പിക്കാവുന്ന വയനാട്, നമ്മുടെ നദികളേയും പുഴകളേയുംപോലെ, ആരൊക്കെയോ ചേർന്ന് കുഴിച്ചുകോരി മാറ്റപ്പെടുന്ന കാഴ്ച ഞാൻ ഈയിടെ കണ്ടു. മണലൂറ്റ് ക്രിമിനലുകളുടെ ചിഹ്നങ്ങൾ വള്ളവും ടിപ്പർ ലോറിയുമാണെങ്കിൽ, വയനാട് എന്ന പറുദീസയെ കീറിമുറിക്കുന്നവരുടെ ചിഹ്നം മൂന്നാറിൽ പൊളിഞ്ഞുവീണ ആ വിപ്ലവത്തിന്റെ ചിഹ്നമാണ്; മണ്ണുമാന്തിയന്ത്രം. ഓരോ പുതിയ സ്വപ്നഭവനവും വയനാടൻ കുന്നുകളിൽ സൃഷ്ടിക്കുന്നത് കുന്നുകളുടെ നെഞ്ചിലേക്ക് ജെ.സി.ബികൾ തുരന്നുണ്ടാക്കുന്ന, ബോംബ് വീണതുപോലെ തോന്നിപ്പിക്കുന്ന ചെമ്മൺ നിറത്തിലുള്ള കൂറ്റൻ വെട്ടിക്കീറലുകളാണ്. പൗരന് വീട് ഉണ്ടായേ തീരൂ. എന്നാൽ ജെ.സി.ബിയെക്കൊണ്ട് ഭൂമിയെ പിളർന്നുമാറ്റാതെ ഭവനനിർമാണം

സാധ്യമാണ് എന്ന്, ആ അറിവ് ലഭ്യമല്ലാത്ത വയനാട്ടിലെ സാധാരണ പൗരനോട് പറഞ്ഞുകൊടുക്കേണ്ട ചുമതല ആരുടെയാണ്? അതിനുള്ള വാസ്തു സാങ്കേതിക വിദ്യ ജനങ്ങൾക്ക് ലഭ്യമാക്കേണ്ട ചുമതല ആരുടേതാണ്? ജെ.സി.ബികളുടെ ഉപയോഗത്തിന്മേൽ ഉചിതമായ നിയന്ത്രണങ്ങൾ ഏർപ്പെടുത്തേണ്ട ചുമതല ആരുടെ? ജനപ്രതിനിധികളും പഞ്ചായത്തുകളും മാധ്യമങ്ങളും ആരാധനാലയങ്ങളുമെല്ലാം ചേർന്ന് ഏറ്റെടുക്കേണ്ട ഒരു ദൗത്യമാണിത്. പക്ഷേ, മലയാളിയുടെ അവസാനത്തെ പറുദീസയുടെ അന്ത്യം നമ്മുടെ കൺമുമ്പിൽ അരങ്ങേറിക്കൊണ്ടിരിക്കുന്ന പ്രതീതി അവിടെ ശക്തമാണ്.

പരിസ്ഥിതി ബോധവും പ്രകൃതിബോധവും, കാല്പനിക പദാവലികളിലും മതങ്ങളുടെ പിന്നാമ്പുറങ്ങളിലും ഭരണകൂടങ്ങളുടെ അന്ധതയിലും ബ്യൂറോക്രസിയുടെ ചതിക്കുഴികളിലും കുടുങ്ങിക്കിടക്കുന്നതിന്റെ പ്രശ്നമാണ് നാം കാണുന്നത്. പരിസ്ഥിതിയോടും പ്രകൃതിയോടുമുള്ള സ്നേഹവും ആദരവും ഒരു ജനാധിപത്യ - സെക്കുലർ - ജീവിത സംസ്കാരത്തിന്റെ ഭാഗമായി ഇവിടെ ഉരുത്തിരിഞ്ഞിട്ടില്ല. അതിനുള്ള മാനസിക പരിശീലനം പ്രാഥമിക വിദ്യാഭ്യാസം മുതൽ നല്കപ്പെടണം. ആ മൂല്യങ്ങളെ സംരക്ഷിക്കാൻ നിയമനിർമാണം ഉണ്ടാകണം. അവ നടപ്പിലാക്കുകയും വേണം.

ഗിൽബർട്ട് വൈറ്റ് സെൽബോണിൽ കണ്ടറിഞ്ഞ പ്രകൃതിയിൽ ഇത്തരം പ്രശ്നങ്ങൾ ഉണ്ടായിരുന്നില്ല. മലയാളികളുടെ പ്രകൃതിയും പരിസ്ഥിതിയും മലയാളികൾ തന്നെ അവയുടെമേൽ നടത്തുന്ന രൗദ്ര താണ്ഡവങ്ങളിൽ തകർന്നുകൊണ്ടിരിക്കുന്നു. കാടല്ല ഏറ്റവുമധികം തകരുന്നത്, നാടാണ് എന്ന് നാവുയർത്തിപ്പറയാൻ കേരളത്തിൽ പ്രകൃതി സ്നേഹികൾ ചുരുക്കം. വൈറ്റിന്റെ ശാസ്ത്രീയവും പ്രതിബദ്ധതാപൂർണവും രമണീയവുമായ പ്രകൃതിദർശനം നല്കുന്നത് നമ്മുടെ ഇരട്ടത്താപ്പുകൾക്ക് പരിഹാരങ്ങളല്ല. എന്നാൽ പ്രകൃതിയെയും പരിസ്ഥിതിയെയും സ്നേഹത്തോടെയും ക്ഷമയോടെയും സാഹോദര്യത്തോടെയും കൗതുകത്തോടെയും വീണ്ടുവിചാരത്തോടെയും നോക്കിക്കാണാനുള്ള സാധ്യതകൾ അദ്ദേഹം നല്കുന്നു. 'സെൽബോണിന്റെ പ്രകൃതിചരിത്രം' കാടിനെപ്പറ്റിയല്ല മനുഷ്യരും മറ്റ് ജീവജാലങ്ങളും നിറഞ്ഞ നാടിനെപ്പറ്റിയാണ്. ഒരു കുഞ്ഞുറുമ്പിന്റെ നീക്കത്തിനുപോലും ഒരു പഴുത്തിലയുടെ വീഴ്ചയ്ക്കുപോലും വൈറ്റ് കല്പിച്ച വിലയാണ് അദ്ദേഹത്തെ ലോകമെങ്ങുമുള്ള പ്രകൃതിസ്നേഹികളുടെ ഇഷ്ടസ്നേഹിതനാക്കിത്തീർക്കുന്നത്.

മാതൃഭൂമി ആഴ്ചപ്പതിപ്പ് 2012 ജനുവരി 1-7

“ഒരു ഗാന്ധിയൻ കമ്യൂണിസ്റ്റിന്റെ ഓർമകൾ”

പ്രതാപമാർജിച്ചു കഴിഞ്ഞ ഒരു കമ്യൂണിസ്റ്റ് പാർട്ടിയെയാണ് എന്റെ തലമുറ കണ്ടുവളർന്നത്. ആ തലമുറയ്ക്ക് സ.കെ.മാധവന്റെ പേർ 20-ാം നൂറ്റാണ്ടിലെ കേരള രാഷ്ട്രീയത്തിന്റെയും ഇടതുപക്ഷ പ്രസ്ഥാനത്തിന്റെയും ചരിത്രപ്രധാനവും പ്രക്ഷുബ്ധവും ത്യാഗപൂർണവുമായ ഒരു കാലഘട്ടത്തെ പ്രതിനിധീകരിക്കുന്ന മഹനീയ നാമമാണ്. കേരളത്തിലെ, പ്രത്യേകിച്ച് വടക്കേ മലബാറിലെ, അവിഭക്ത കമ്യൂണിസ്റ്റ് പ്രസ്ഥാനത്തെ ജനസമൂഹത്തിന്റെ വേരിൻതുമ്പുകളിൽനിന്ന് പടുത്തുയർത്തിയ അസാമാന്യരായ വിപ്ലവകാരികളിലൊരാളാണ് സ. മാധവൻ. ഇരുപതാം നൂറ്റാണ്ടിന്റെ മൂന്നാം ദശകം മുതലാണ് അദ്ദേഹത്തിന്റെ രാഷ്ട്രീയജീവിതം ആരംഭിക്കുന്നത്. സ. മാധവൻ ആദ്യം ഗാന്ധിജിയുടെ ദേശീയ പ്രസ്ഥാനത്തിനും കോൺഗ്രസ്സിനുമൊപ്പം ഒരു സ്വാതന്ത്ര്യസമര പോരാളിയായും പിന്നീട് കോൺഗ്രസ് സോഷ്യലിസ്റ്റ് പക്ഷത്തിലൂടെ ഒരു പരിവർത്തനവാദിയായും പ്രവർത്തിച്ചു. അതിനുശേഷമാണ് അദ്ദേഹം കർഷകസംഘ പ്രസ്ഥാനത്തിലൂടെ കേരള കമ്യൂണിസ്റ്റ് പാർട്ടിയുടെ സ്ഥാപക നേതാക്കളിൽ ഒരാളായിത്തീർന്നത്.

കേരളത്തിലെ കമ്യൂണിസ്റ്റ്പ്രസ്ഥാനത്തിന് വിത്തുപാകാനും അതിനെ ഒരു ബഹുജനപ്രസ്ഥാനമാക്കി മാറ്റാനുംവേണ്ടി സ. മാധവൻ അലഞ്ഞുനടന്നും വിശപ്പും ദാഹവും സഹിച്ചും മർദനമേറ്റും ഒളിവിൽ പോയും ജയിലിലടയ്ക്കപ്പെട്ടും നടത്തിയ പോരാട്ടത്തിന്റെ കഥ ‘ഒരു ഗാന്ധിയൻ കമ്യൂണിസ്റ്റിന്റെ ഓർമ’കളിൽ വായിക്കാം. തന്റെ ഗാന്ധിയൻ സ്വാധീനത്തെപ്പറ്റി ആത്മകഥയിൽ അദ്ദേഹം പറയുന്നുണ്ട്:

“എന്നെപ്പോലുള്ള കമ്യൂണിസ്റ്റുകാരുടെ സാമൂഹികബോധത്തെയും സ്വഭാവരൂപീകരണത്തെയും മാർക്സിസത്തിനുമുമ്പ് സ്വാധീനിച്ചിരുന്നത് ഗാന്ധിസമായിരുന്നു. മാർക്സിസത്തിന്റെ സ്വാധീനവലയത്തിൽപ്പെട്ടതിനു ശേഷവും ഗാന്ധിസവുമായി പല കാര്യങ്ങളിലും അഭിപ്രായവ്യത്യാസം നിലനിൽക്കെത്തന്നെ, രണ്ടിന്റേയും സഹകരണമാണ് ഇന്ത്യൻ സാഹചര്യത്തിൽ ആവശ്യമെന്നാണ് എന്റെ വിശ്വാസം.”

29 ഇന്ത്യൻ സംസ്ഥാനങ്ങളെയും ഏഴ് യൂണിയൻ ടെറിട്ടറികളെയുമെടുത്താൽ, വെറും മൂന്നെണ്ണത്തിൽ മാത്രമായി - അധികാരം രണ്ടിൽ മാത്രം - ഒതുങ്ങുന്ന കമ്യൂണിസ്റ്റ് പാർട്ടികൾ ഒരുപക്ഷേ, ചിന്താവിഷയമാക്കേണ്ട ഒരു പ്രസ്താവനയോടെയാണ് സ. മാധവൻ ഈ പരാമർശം അവസാനിപ്പിക്കുന്നത്:

"ഇത്തരമൊരു സമീപനം 'അതായത് ഗാന്ധിസവും കമ്യൂണിസവുമായുള്ള സഹകരണം' കമ്യൂണിസ്റ്റ് നേതൃത്വത്തിനുണ്ടായിരുന്നെങ്കിൽ കമ്യൂണിസം ഇന്ത്യയിൽ എല്ലായിടത്തും ആഴത്തിൽ വേരോടുമായിരുന്നു എന്ന് ഞാൻ കരുതുന്നു."

സ. മാധവൻ സൂചിപ്പിക്കുന്ന ഭാരതീയമായ വേരോടിക്കലിന്റെ അഭാവം വാസ്തവത്തിൽ ഇന്ത്യൻ കമ്യൂണിസത്തിന്റെ കേന്ദ്രപ്രതിസന്ധിയാണ് എന്ന് അത് അംഗീകരിക്കുന്നുണ്ടോ എന്ന് സംശയമാണ്. അതിന്റെ സ്വന്തം പ്രതിസന്ധികളെ കേരളത്തിലും പശ്ചിമബംഗാളിലുമായി പരിമിതപ്പെടുത്തുന്നതാണ് അതിന്റെ ശൈലി. അതേസമയം അഖിലേന്ത്യാ സാന്നിധ്യമുണ്ട് എന്ന തോന്നൽ ഉളവാക്കിക്കൊണ്ട് ഇന്ത്യയുടെ പ്രശ്നങ്ങളിൽ ഇടപെടുകയും ചെയ്യുന്നു.

സ. മാധവന്റെ പ്രസ്താവന ഉയർത്തുന്നത് ചില പ്രധാന ചോദ്യങ്ങളാണ്. ഭാരതീയരെ ഒന്നടങ്കം വിപ്ലവവൽക്കരിക്കുക എന്ന കമ്യൂണിസത്തിന്റെ പ്രഖ്യാപിത ലക്ഷ്യത്തിന് എന്തു സംഭവിച്ചു? പാർട്ടിയെ പിളർത്തിയത് ഈ ലക്ഷ്യപ്രാപ്തിയിലേക്കുള്ള മെച്ചപ്പെട്ട പാത നേടാനായിരുന്നെങ്കിൽ, എങ്ങനെ കമ്യൂണിസ്റ്റ് പാർട്ടികൾ വെറും മൂന്ന് സംസ്ഥാനങ്ങളിലെ അധികാരത്തിന്റെ നടുമുറ്റങ്ങൾകൊണ്ട് തൃപ്തിപ്പെടുന്നവരായി മാറി? മറ്റനവധി ഇന്ത്യൻ സമൂഹങ്ങൾ ഇന്നും വിപ്ലവകരമായ പരിവർത്തനം ആവശ്യപ്പെടുന്നവയാണ്. എന്തുകൊണ്ട് കമ്യൂണിസ്റ്റ് പാർട്ടികൾ വിപ്ലവത്തിന് എന്നേ പാകമായിക്കഴിഞ്ഞ ആ സമൂഹങ്ങളിലേക്ക്, ഒരിക്കൽ സ. മാധവനും കൂട്ടരും ഉത്തര മലബാറിൽ ചെയ്തതുപോലെ, എല്ലാം സഹിച്ച്, മറ്റെല്ലാം മറന്ന്, ഇറങ്ങിപ്പുറപ്പെട്ടില്ല?

അധികാരത്തിന്റെ സുഖങ്ങൾ ഒരിക്കൽ ആസ്വദിച്ചു കഴിഞ്ഞാൽ, സാധുജനങ്ങൾക്കിടയിലേക്ക് മടങ്ങിപ്പോയി അത്തരം ത്യാഗങ്ങൾ അനുഷ്ഠിക്കാൻ ബുദ്ധിമുട്ടാണ് എന്ന് നമുക്കറിയാം. വെള്ളക്കോളർ ഉദ്യോഗസ്ഥവർഗങ്ങളെ വിപ്ലവവത്കരിക്കുകയാണ് സൗകര്യവും ലാഭകരമെന്നും ദരിദ്രജനതകളുടെ വിപ്ലവവത്കരണം ബുദ്ധിമുട്ടുള്ളതും ലാഭമില്ലാത്തതുമാണെന്നും നമുക്ക് അംഗീകരിക്കാം.

പക്ഷേ, ഒരു അഖിലേന്ത്യാ പാർട്ടിയെ സംബന്ധിച്ചിടത്തോളം, ഈ പ്രശ്നങ്ങളെ ഒരു പരിധി വരെയെങ്കിലും മറികടക്കാനുള്ള ഒരു വഴി അഞ്ചുവർഷത്തിലൊരിക്കൽ അതിന് തുറക്കപ്പെടുന്നുണ്ട്: ദേശീയ തെരഞ്ഞെടുപ്പ്.

ഉദാഹരണം പറഞ്ഞാൽ, 1984-ൽ വെറുമൊരു പൂജ്യമായിരുന്ന ബി.ജെ.പി. ചരിത്രപ്രധാനമായ ഒരു തീരുമാനമെടുത്തു: ഇന്ത്യയിലെ

എല്ലാ പാർലമെന്റ് മണ്ഡലങ്ങളിലും മത്സരിക്കുക. ആ ചൂതുകളിയോടെ യാണ് താമര എന്ന ചിഹ്നം ഇന്ത്യയിലെ ഓരോ ബാലറ്റ് പേപ്പറിലും സ്ഥാനം പിടിച്ചത്. തോൽവി പോലും ബി.ജെ.പിക്ക് ഒരു വിജയമായി രുന്നു കാരണം തോൽവിയിലൂടെയും അത് ഇന്ത്യൻ തെരഞ്ഞെടുപ്പ് യാഥാർഥ്യത്തിന്റെയും ഭാഗമായി നാടിന്റെ ഓരോ മുക്കിലും മൂലയിലും സ്വയം പ്രതിഷ്ഠിച്ചു. പിന്നീടത് തിരിഞ്ഞുനോക്കിയിട്ടില്ല എന്ന് പറയാം.

ഇന്ത്യയിലെ ബഹുഭൂരിപക്ഷം വരുന്ന ഗ്രാമീണരുടേയും സാധാരണ ജനങ്ങളുടേയും ഇടയിലേക്കിറങ്ങിച്ചെന്ന് വിപ്ലവാഹ്വാനം നടത്താനുള്ള ഇച്ഛാശക്തി കമ്യൂണിസത്തിനില്ലെങ്കിൽ, ഇന്ത്യ എന്ന രാഷ്ട്രത്തെ രാഷ്ട്രീയമായി അഭിമുഖീകരിക്കുന്നു എന്ന് വരുത്തിവെക്കാനെങ്കിലും അത് അരിവാൾ-ചുറ്റിക ചിഹ്നം എല്ലാ സമ്മതിദായകരുടേയും മുമ്പിൽ എത്തിക്കേണ്ടതല്ലേ? ഒരുപക്ഷേ അവർക്ക് ആ ചിഹ്നമെന്താണെന്ന് കേട്ടറിവെങ്കിലും ഉണ്ടായിരിക്കാം. അല്ലെങ്കിൽ ഒരുപക്ഷേ, ആർക്കറിയാം, സാധുജനങ്ങൾക്കുള്ളിൽ വിപ്ലവത്തിനുവേണ്ടിയുള്ള, കമ്യൂണിസ്റ്റ് പാർട്ടി തിരിച്ചറിയാത്ത, ഒരു ഇച്ഛാശക്തി പാർട്ടിയെ കാത്തിരിക്കുന്നുണ്ടാവാം.

വളരെ ലഘുവായ ഒരു ചോദ്യമാണ് ഇവിടെ ഉദ്ഭവിക്കുന്നത്: ഇന്ത്യയിലെ 543 മണ്ഡലങ്ങളിൽ മത്സരിക്കുക എന്നത് ഇന്ത്യൻ കമ്യൂണിസ്റ്റ് പ്രസ്ഥാനത്തെ വളർത്തുമോ തളർത്തുമോ? 543 നിയോജ കമണ്ഡലങ്ങളിലും കൂടി വന്നു ചേർന്നേക്കാവുന്ന തെരഞ്ഞെടുപ്പുചെലവ് ഒരു പാർട്ടി കോൺഗ്രസ്സിന്റേതിനേക്കാൾ വളരെയധികമാകാൻ വഴിയില്ല.

പക്ഷേ ഇന്ത്യൻ കമ്യൂണിസ്റ്റ് പാർട്ടികൾ ഇന്ത്യൻ രാഷ്ട്രവും രാഷ്ട്രീയവുമായുള്ള ഇത്തരമൊരു അഭിമുഖീകരണത്തിൽ നിന്ന് ഒഴിഞ്ഞുമാറുന്നതാണ് നാം കാണുന്നത്. 2009-ലെ ദേശീയ തെരഞ്ഞെ ടുപ്പിൽ 543 സീറ്റുകളിൽ വെറും 82 എണ്ണത്തിലാണ് സി.പി.എം. മത്സരി ച്ചത്. ആ 82-ന്റെ 90 ശതമാനം രണ്ട് സംസ്ഥാനങ്ങളിൽ മാത്രവും.

സ. കെ. മാധവൻ ചുരുങ്ങിയ വാക്കുകളിൽ സൂചിപ്പിച്ച, ഇന്ത്യ എന്ന യാഥാർഥ്യത്തെ രാഷ്ട്രീയമായി നേരിടുന്നതിൽ നിന്നുള്ള ഈ ഒഴിഞ്ഞു മാറലാണ്, ഇന്ത്യൻ കമ്യൂണിസത്തിന്റെ കേന്ദ്രപ്രതിസന്ധി എന്ന് ചിന്തി ക്കേണ്ടിയിരിക്കുന്നു.

ഒരു രാഷ്ട്രീയപാർട്ടിയുടെ കാര്യത്തിൽ ഇത് തീർച്ചയായും യാദൃച്ഛികമാകാൻ വഴിയില്ല. എങ്കിൽ എന്തായിരിക്കാം ആ പ്രേരണാശക്തി എന്നത് സ്വാഭാവികമായി ഉയരുന്ന ചോദ്യമാണ്. ഇന്ത്യൻ കമ്യൂണിസ്റ്റ് പാർട്ടികളുടെ നിലവിലുള്ള കേന്ദ്രനേതൃത്വങ്ങളേയും അവയുടെ താത്പര്യങ്ങളേയും, കേരള-ബംഗാൾ-ത്രിപുര വലയത്തിനപ്പുറത്ത് ഉരുത്തിരിയുന്ന ഒരു അഖിലേന്ത്യാചിത്രം മാറ്റിമറിച്ചേക്കാം എന്ന ഭയം അതിനു പിന്നിലുണ്ടോ എന്ന് അദ്ഭുതപ്പെടണം.

കോൺഗ്രസ്സുകാരനായും കമ്യൂണിസ്റ്റുകാരനായും സ. മാധവന് ഏറ്റ മർദ്ദനങ്ങളുടെ കഥ ഞെട്ടിത്തരിപ്പിക്കുന്ന ഒന്നാണ്. അദ്ദേഹം എഴുതുന്നു:

“കാഞ്ഞങ്ങാട് ലോക്കപ്പിലെ മർദനം എന്റെ രാഷ്ട്രീയജീവിതത്തിലെ അഞ്ചാമത്തെ മർദനമായിരുന്നു. അതിൽ കോൺഗ്രസ് ഭരണകാലത്തേറ്റ ഈ മർദനം തന്നെയായിരുന്നു അതികഠിനം. പുറത്തുമാത്രം ഉള്ള ഇടി. അതും കൈ ബന്ധിച്ചുകൊണ്ട്.”

തുടർന്നുള്ള വാചകം വായിച്ച് ഞാൻ വ്യസനത്തിലൂടെയും പുഞ്ചിരിച്ചു പോയി. “കോൺഗ്രസ് ഭരണത്തിൽ ഇത്ര പ്രാകൃതമായ മർദനം സഹിക്കേണ്ടിവരുമെന്ന് പ്രതീക്ഷിച്ചില്ല.”

എന്തൊരു ശുദ്ധഹൃദയനായ മനുഷ്യനാകയാലാണ് അദ്ദേഹം ഇതെഴുതിയത്! ഗാന്ധിജിയുടെയും നെഹ്റുവിന്റെയും അബ്ദുൾ കലാം ആസാദിന്റെയും പാരമ്പര്യമുള്ള കോൺഗ്രസ്സിനെപ്പറ്റിയുള്ള സ്വപ്നമാണ് അദ്ദേഹം നിർമലമായി, വേദനയുടെ ഓർമ്മയിൽ, പങ്കുവെക്കുന്നത്.

കോൺഗ്രസിന്റെ കീഴിലുള്ള പ്രാകൃതമായ മർദനങ്ങളുടെ തുടക്കം മാത്രമായിരുന്നു അദ്ദേഹം അനുഭവിച്ചത്. അടിയന്തരാവസ്ഥയിൽ ഉരുട്ടിയും ഇടിച്ചും അടിച്ചും തൂക്കിയിട്ടും കൊല്ലപ്പെട്ട ഓരോ യുവാവിന്റേയും വരാൻപോകുന്ന കഥകളാണ് സ. മാധവന്റെ ഈ ആത്മാർഥത തുളുമ്പുന്ന വാക്കുകളിൽ അദ്ദേഹമറിയാതെ മുഴങ്ങുന്നത്.

അദ്ദേഹമേറ്റ മർദനങ്ങളുടെ കഥ ഇങ്ങനെ തുടരുന്നു.

“സാമ്രാജ്യത്വ ഭരണത്തിൽ ആദ്യ മർദനം ഉപ്പുസത്യാഗ്രഹകാലത്ത് കോഴിക്കോട് കടപ്പുറത്തു വച്ചും രണ്ടാമത്തേത് പയ്യന്നൂരിലെ ലോക്കപ്പിൽ വച്ചുമായിരുന്നു. പയ്യന്നൂരിൽ വച്ച് അടി മുഴുവൻ കാലിനായിരുന്നു. മൂന്നാമത്തെ മർദനം കണ്ണൂർ ലോക്കപ്പിൽ വച്ചും നാലാമത്തേത് കോട്ടച്ചേരി ജംഗ്ഷനിൽ വച്ചുമായിരുന്നു. കണ്ണൂരിലെ അടി മുട്ടിനു മേലേ ചൂരൽ കൊണ്ടായിരുന്നു. കോട്ടച്ചേരി വച്ച് ലാത്തികൊണ്ട് ദേഹമാസകലം അടിയായിരുന്നു. അവിടെ ബോധം കെട്ട് വീണിരുന്നു.”

എന്തിനാണ് സ. മാധവൻ ഈ മർദനങ്ങൾ ഏറ്റത്?

എന്തിനാണ് അദ്ദേഹം അദ്ദേഹത്തിന്റെ വാക്കുകളിൽ പറഞ്ഞാൽ “ഉപ്പും ചോറും മാത്രം തിന്ന്, വീടും വീട്ടുകാരും വെറുത്ത്, അങ്ങാടി ആടിനെപ്പോലെ ചുറ്റിത്തിരിഞ്ഞ്, മുപ്പത്തിയാറു വർഷം നിരന്തര പ്രവർത്തനങ്ങൾ” നടത്തിയത്? അദ്ദേഹം തന്റെ മനസ്സിൽ സൂര്യനെപ്പോലെ ജ്വലിച്ച ആദർശങ്ങളെ പിന്തുടരുകയായിരുന്നു: ഭാരതത്തിന്റെ സ്വാതന്ത്ര്യവും കേരളത്തിന്റെ വിപ്ലവകരമായ സാമൂഹിക പരിവർത്തനവും. സ. മാധവനെ നയിച്ചത് ഭാരതത്തോടും ഇന്ത്യാക്കാരോടും കേരളത്തോടും മലയാളികളോടും ഉള്ള കൂറായിരുന്നു. ഈ ആദർശങ്ങളെ അദ്ദേഹം പിന്തുടർന്നത് അധികാരമോ ധനമോ സ്ഥാനമാനങ്ങളോ സ്വപ്നം കണ്ടുകൊണ്ടായിരുന്നില്ല. സ. മാധവനിലെ ഗാന്ധിയൻ അദ്ദേഹത്തിലെ കമ്യൂണിസ്റ്റിനേക്കാൾ തലയുയർത്തി നില്ക്കുന്നത് അവിടെയാണ്. അദ്ദേഹം കമ്യൂണിസ്റ്റ് ഗാന്ധിയൻ അല്ല, ഗാന്ധിയൻ കമ്യൂണിസ്റ്റ് ആകുന്നത് അതിനാലാണ്.

കേരള രാഷ്ട്രീയത്തിന്റെയും പ്രത്യേകിച്ച് കമ്യൂണിസ്റ്റ് പ്രസ്ഥാനത്തിന്റെയും വിദ്യാർത്ഥികളെ സംബന്ധിച്ചിടത്തോളം സ. മാധവന്റെ ആത്മകഥ അവിസ്മരണീയങ്ങളായ ചരിത്രാനുഭവങ്ങളുടെയും ഉൾക്കാഴ്ചകളുടെയും ഉജ്ജ്വലമായ സഞ്ചയമാണ്.

1930-ൽ ഗാന്ധിജിയുടെ ഉപ്പു സത്യാഗ്രഹപ്രസ്ഥാനത്തിൽ കോഴിക്കോട് കടപ്പുറത്ത് പങ്കെടുത്തുകൊണ്ടാണ് 15 വയസ്സുള്ള മാധവൻ കോൺഗ്രസ് വളണ്ടിയറായി തന്റെ രാഷ്ട്രീയസമരജീവിതം ആരംഭിക്കുന്നത്. കെ. കേളപ്പൻ, അബ്ദുൾറഹിമാൻസാഹിബ്ബ് തുടങ്ങിയവരായിരുന്നു നേതാക്കൾ. സത്യാഗ്രഹികൾ കഠിനമായി മർദിക്കപ്പെട്ടു. സ. മാധവൻ എഴുതുന്നു: “ഒരു യുദ്ധഭൂമിയായിരുന്നു കടപ്പുറം. പല സ്ഥലത്തും രക്തം വീണ് മണൽ ചുവന്നിരുന്നു. ലാത്തിക്കഷണങ്ങൾ അങ്ങിങ്ങായി ചിതറിക്കിടക്കുന്നുണ്ടായിരുന്നു. എന്റെ കൈകാലുകളിൽ നിന്ന് രക്തം ഒഴുകുകയായിരുന്നു. വസ്ത്രം മുഴുവൻ രക്തത്തിൽ കുതിർന്നു. പലരുടേയും അവസ്ഥ എന്നേക്കാൾ ഭയങ്കരമായിരുന്നു.”

1930-ൽ തന്നെ മാധവനെന്ന പതിനഞ്ചുകാരനെ അറസ്റ്റ്ചെയ്ത് കണ്ണൂർ സെൻട്രൽ ജയിലിൽ അടച്ചു. ജയിലിൽ വച്ച് കേരളീയൻ, എ.കെ.ജി., കോഴിപ്പുറത്ത് മാധവമേനോൻ തുടങ്ങിയ കോൺഗ്രസ് നേതാക്കളെ പരിചയപ്പെട്ടു.

അഞ്ച് മാസം കഴിഞ്ഞ് ജയിൽ മോചിതനായി വീട്ടിലിരിക്കുമ്പോഴാണ് സേലം ജയിലിൽനിന്ന് ഒരു കാർഡ് കിട്ടുന്നത്. അത് പി. കൃഷ്ണപിള്ള എന്ന കോൺഗ്രസ്സുകാരന്റേതായിരുന്നു: “അനിയാ നീ ജയിൽ വിമുക്തനായ കാര്യം പത്രത്തിൽ വായിച്ചു. കോൺഗ്രസിൽ രണ്ടു വിഭാഗമുണ്ട്. ഒന്ന് പണക്കാരുടേത്, മറ്റൊന്ന് പാവപ്പെട്ടവരുടേത്. നീ പാവങ്ങൾക്കു വേണ്ടി പ്രവർത്തിക്കാനിഷ്ടപ്പെടുന്നുവെങ്കിൽ കൃഷിക്കാരുടെ സംഘടനയുണ്ടാക്കി പ്രവർത്തിക്കുക.”

തന്റെ വരാൻ പോകുന്ന ജീവിതവഴിത്തിരിവിലേക്കുള്ള ഒരു കൈചൂണ്ടിയായിരുന്നു ആ കത്തെന്ന് ബാലനായ മാധവന് അപ്പോൾ മനസ്സിലായില്ല.

1931 ഒക്ടോബറിൽ സ. മാധവൻ തന്റെ രാഷ്ട്രീയ ജീവിതത്തിന്റെ അടുത്ത പടിയിലേക്ക് ഗുരുവായൂർ സത്യാഗ്രഹത്തിൽ പങ്കെടുത്തുകൊണ്ട് കാൽവച്ചു.

സത്യാഗ്രഹസംഘം ക്ഷേത്രനടയിലെ പന്തലിൽ വച്ച് ഒരു ദിവസം ഈശ്വരനുണ്ടോ എന്ന വിഷയത്തെപ്പറ്റി ചർച്ച നടത്തിയതിനെപ്പറ്റിയുള്ള സ. മാധവന്റെ വിവരണം രസകരമാണ്: “ഒരു ദിവസത്തെ ചർച്ചാവിഷയം ഈശ്വരനുണ്ടോ ഇല്ലയോ എന്നതായിരുന്നു. കേളപ്പനായിരുന്നു അധ്യക്ഷൻ. ഞാനും ചേർത്തല രാമകൃഷ്ണനും ഒഴികെ എല്ലാവരും ഈശ്വരൻ എന്ന ദൈവശക്തി ഉണ്ടെന്ന് വാദിച്ചു. ക്ഷേത്രങ്ങളിലാണ് ഈശ്വരൻ കുടികൊള്ളുന്നത് എന്ന് സമർഥിക്കാൻ പലരും പല

വാദമുഖങ്ങൾ നിരത്തിവച്ചു. ഈശ്വരൻ എന്നൊന്നില്ലെന്നും മനുഷ്യന്റെ സത്യസന്ധമായ കർമത്തിന് ഈശ്വരൻ എന്ന പേര് പറയാമെങ്കിൽ ഈശ്വരനുണ്ട് എന്ന് സമ്മതിക്കാൻ വിരോധമില്ലെന്നും ഞങ്ങൾ രണ്ടു പേരും വാദിച്ചു. ഓരോ മനുഷ്യനിലും ഈശ്വരന്റെ അംശമുണ്ടെന്നും മനുഷ്യഹൃദയത്തിലാണ് ഈശ്വരൻ വസിക്കുന്നതെന്നും അധ്യക്ഷൻ കൂട്ടിച്ചേർത്തു. ഈശ്വരവിശ്വാസമില്ലാത്തവർ ക്ഷേത്രപ്രവേശന സമരത്തിൽ പങ്കെടുക്കുന്നതിൽ പലരും അതൃപ്തി പ്രകടിപ്പിച്ചു. അയിത്തമില്ലാതാക്കാനുള്ള സമരത്തിന്റെ ഭാഗമാണ് ക്ഷേത്രപ്രവേശന സമരമെന്നും അല്ലാതെ ഈശ്വരനെ കണ്ടുപിടിക്കാനുള്ളതല്ലെന്നും ഞാനും രാമകൃഷ്ണനും എതിരാളികളുടെ മുഖത്തു നോക്കി പറഞ്ഞു. എ.കെ.ജി. ഞങ്ങളുടെ വാദം കേട്ട് രസിച്ചതല്ലാതെ അഭിപ്രായപ്രകടനമൊന്നും നടത്തിയില്ല."

ഈശ്വരൻ ഇല്ല എന്ന് മാധവനും രാമകൃഷ്ണനും പരസ്യമായി പ്രഖ്യാപിച്ചത് ഗുരുവായൂർ ക്ഷേത്രനടയിൽ വച്ചായിരുന്നുവെന്നോർക്കണം. ഇന്ന് ഏതെങ്കിലും ഒരമ്പലത്തിന്റെയോ പള്ളിയുടെയോ മോസ്കിന്റെയോ മുമ്പിൽ നിന്ന് ഈശ്വരനില്ല എന്ന് പ്രഖ്യാപിക്കാൻ എത്ര കോൺഗ്രസ്സുകാർക്ക് കഴിയും എന്ന് അദ്ഭുതപ്പെടുകയേ നിവൃത്തിയുള്ളൂ. എന്തിന് കോൺഗ്രസുകാരെ പറയണം? കമ്യൂണിസ്റ്റുകാരോട് ചോദിച്ചു നോക്കൂ. 82 വർഷം കൊണ്ട് കേരളവും അതിന്റെ രാഷ്ട്രീയവും സംസ്കാരവും പുരോഗമിച്ചതെങ്ങോട്ട് എന്ന് നാം മനസ്സിലാക്കുന്നു.

ഗുരുവായൂർ സത്യാഗ്രഹത്തിലെ ഗാന്ധിജിയുടെ ഇടപെടലിനെ സ.മാധവൻ വിവരിക്കുന്നത് കൗതുകകരമാണ്: "ഗാന്ധിജിയുടെ ഇടപെടൽ ഗുരുവായൂർ ക്ഷേത്രത്തിന് രാജ്യവ്യാപകമായ പ്രശസ്തി നേടിക്കൊടുത്തു. അഭൂതപൂർവമായ ഈ പ്രശസ്തിയോടൊപ്പം ക്ഷേത്രത്തിൽ ഭക്തജനത്തിരക്കും സമ്പാദ്യവുമുണ്ടായി."

ഇതിനുശേഷമാണ് സ. മാധവൻ കോൺഗ്രസ് സോഷ്യലിസ്റ്റ് പാർട്ടിയിലേക്കും അതിലൂടെ കേരള കമ്യൂണിസ്റ്റ് പ്രസ്ഥാനത്തിന് അടിത്തറയിട്ട കർഷകസംഘപ്രസ്ഥാനത്തിലേക്കും കടന്നുപോയത്. കർഷകസംഘം നടത്തിയ പ്രചാരണ ജാഥയേയും അതിന്റെ നേതാക്കന്മാരുടെ വർഗപരമായ വൈരുധ്യങ്ങളെയും സ. മാധവൻ വിവരിക്കുന്നു: "ജാഥ നല്ലൊരു അനുഭവമായിരുന്നു. സങ്കീർണമായ ഗ്രാമപ്രശ്നങ്ങൾ പഠിക്കാനും കൃഷിക്കാരുടെ വികാരങ്ങൾ മനസ്സിലാക്കാനും കഴിഞ്ഞു. മാത്രമല്ല കൃഷിക്കാരുടെ കാര്യം പറയാൻ ഇങ്ങനെയൊരു സംഘം ഉണ്ടല്ലോ എന്ന കാര്യം കൃഷിക്കാർക്കും മനസ്സിലായി. സംഘം നേതാക്കളായ ടി.എസ്. തിരുമുമ്പ്, കുഞ്ഞിരാമേട്ടൻ, കോടോത്ത് നാരായണൻ നായർ, സി.എം. കുഞ്ഞിരാമൻ നായർ, ഈ ലേഖകൻ തുടങ്ങിയവർ കാസർകോട് താലൂക്കിലെ പ്രധാന ജന്മി കുടുംബങ്ങളിലെ അംഗങ്ങളായിരുന്നു. ഇത് കുടിയാന്മാരിൽ അദ്ഭുതമുണ്ടാക്കി. ജന്മിമാർ ജന്മിത്തം നശിപ്പിക്കുന്നതിനുവേണ്ടി രംഗത്തിറങ്ങുക, അദ്ഭുതം തന്നെയായിരുന്നു."

പി. കൃഷ്ണപിള്ളയുടെ വ്യക്തിത്വത്തെ സ. മാധവൻ വിവരിക്കുന്നു: "കേഡർമാരെ കഴിവുനോക്കി വളർത്തിയെടുക്കുന്നതിൽ കാണിച്ച ശുഷ്കാന്തി, പ്രതിയോഗികളോടുപോലുമുള്ള സ്നേഹപരമായ പെരുമാറ്റം, അഭിപ്രായവ്യത്യാസമുള്ള സഖാക്കളുടെ നേരെയെടുക്കുന്ന സമീപനം ഇതിലെല്ലാം സഖാവിനുള്ള പ്രത്യേകത അന്യാദൃശമാണ്. സമരത്തിൽ എതിരാളികളോട് വിട്ടുവീഴ്ചയില്ലാത്ത നിലപാട് സ്വീകരിക്കുമെങ്കിലും പരിതഃസ്ഥിതിയിൽ പ്രസ്ഥാനത്തിന് ക്ഷയമുണ്ടാകുമെന്ന് കണ്ടാൽ അത് മുൻകൂട്ടി കണ്ടറിഞ്ഞ് അത് തരണം ചെയ്യാനുള്ള തന്ത്രങ്ങൾ സ്വീകരിക്കാൻ അദ്ദേഹത്തിനുള്ള കാഴ്ചപ്പാട് മറ്റാരിലും ഞാൻ കണ്ടിട്ടില്ല."

തലശ്ശേരിയിലെ കോൺഗ്രസ് സോഷ്യലിസ്റ്റ് പാർട്ടി യോഗത്തിൽ എ.കെ.ജി. കൃഷ്ണപിള്ളയുമായി ഇടഞ്ഞു. യോഗം കൃഷ്ണപിള്ളയുടെ പക്ഷത്തായിരുന്നു. മാധവൻ എഴുതുന്നു: "ഇതു സഹിക്കാൻ കഴിയാത്ത എ.കെ.ജി. സ്വയം മറന്ന് കൃഷ്ണപിള്ളയെ കൈയേറ്റം ചെയ്തു. എന്നാൽ കൃഷ്ണപിള്ള "ഗോപാലാ നീ എന്നെ അടിച്ചു അല്ലേ," എന്നു പറഞ്ഞ് ചിരിച്ചതേയുള്ളൂ.

കൃഷ്ണപിള്ളയെപ്പറ്റിയുള്ള വിചിന്തനം സ. മാധവൻ അവസാനിപ്പിക്കുന്നത് ഇങ്ങനെയാണ്: "പകയോ പ്രതികാരമോ ഇല്ലാതെ ക്ഷമിക്കാനും തെറ്റ് ചെയ്തവരുടെ കഴിവ് പാർട്ടിക്കുവേണ്ടി പ്രയോജനപ്പെടുത്താനുമുള്ള സഖാവിന്റെ കഴിവാണ് പാർട്ടിയെ പല സന്ദർഭങ്ങളിലും രക്ഷപ്പെടുത്തിയത്. ഇന്നത്തെ നേതാക്കളിൽ പലരും തന്നെ അടിച്ചവനെ തിരിച്ചടിക്കുക മാത്രമല്ല അയാളെ ഉന്മൂലനം ചെയ്യാനുള്ള വഴികൾപോലും തേടിപ്പിടിച്ചേക്കാം."

"64-ലെ കമ്യൂണിസ്റ്റ് പാർട്ടി ചരിത്രം വളച്ചൊടിക്കാൻ ചില സഖാക്കൾ നടത്തുന്ന ബോധപൂർവമായ ശ്രമം ആരോഗ്യകരമല്ല" എന്ന് മാധവൻ എഴുതുന്നു.

വി.വി. കുഞ്ഞമ്പു എഴുതിയ കയ്യൂർ സമരചരിത്രത്തെപ്പറ്റി അദ്ദേഹം പറയുന്നതിതാണ്: "ആ പുസ്തകം വായിച്ചപ്പോൾ വല്ലാത്ത ദുഃഖമാണ് എനിക്കുണ്ടായത്. സത്യത്തെ ഇങ്ങനെ കൊലചെയ്യാൻ പാടില്ലായിരുന്നുവെന്ന് എന്റെ അന്തഃകരണം മന്ത്രിച്ചു."

ഇ.കെ. നായനാരുടെ ആത്മകഥയിൽ അദ്ദേഹം നടത്തുന്ന മൊറാഴ, കയ്യൂർ സമരങ്ങളിലെ അദ്ദേഹത്തിന്റെ പങ്കാളിത്തത്തെക്കുറിച്ചുള്ള പരാമർശങ്ങളെപ്പറ്റി മാധവൻ എഴുതുന്നു: "കയ്യൂർ സംഭവത്തിൽ നായനാരടക്കം പ്രധാനപ്പെട്ട നേതാക്കൾക്കാർക്കും നേരിട്ട് പങ്കാളിത്തമില്ലായിരുന്നു. ഒരു യാദൃച്ഛിക സംഭവം എന്ന നിലയ്ക്ക് ആ സംഭവത്തിന്റെ നായകർ ജാഥയിൽ പങ്കെടുത്തിരുന്ന കർഷകർ തന്നെയാണ്."

പൊലീസ് രേഖകളിലും നായനാരുടെ പേരില്ല. "രേഖയിൽ പേരില്ലാത്തതുകൊണ്ട് മാത്രം കാസർകോട് താലൂക്ക് പാർട്ടി ചരിത്രത്തിലും

കയ്യൂരിന്റെ ചരിത്രത്തിലും നായനാർക്ക് സ്ഥാനമില്ലെന്ന് ഞാൻ പറയില്ലെന്നുള്ളതിന് ഏറ്റവും നല്ല ഉദാഹരണം എന്റെ ഈ പുസ്തകം തന്നെയാണ്. എന്നാൽ നായനാർ ആദ്യം പുറത്തിറക്കിയ ആത്മകഥയിൽ കാസർകോടിന്റെ ചരിത്രം പറയുമ്പോൾ അന്ന് പാർട്ടി സെക്രട്ടറിയായിരുന്ന ഈ ലേഖകന്റേതടക്കം പല പേരുകളും കാണില്ല. ഇതിൽ വ്യക്തിപരമായി എനിക്ക് ഒരു ദുഃഖവുമില്ല. പക്ഷേ, ഇത്തരമൊരു ചരിത്ര സമീപനം വിചിത്രമാണ്." രക്തച്ചൊരിച്ചിലിന് ആഹ്വാനം നൽകിയ 1948-ലെ കൽക്കത്ത തിസീസ് സ. മാധവനിലെ ഗാന്ധിയനെ അസ്വസ്ഥനാക്കി. തുടർന്നുണ്ടായ സംഭവവികാസങ്ങൾ പാർട്ടി അദ്ദേഹത്തിന് കുറ്റപത്രം നൽകുന്നതിൽ കലാശിച്ചു. ഇ.കെ. നായനാരുടെ റിപ്പോർട്ടിന്റെ അടിസ്ഥാനത്തിലായിരുന്നു അദ്ദേഹത്തെ വിചാരണ ചെയ്തത്. സ.മാധവൻ എഴുതുന്നു: "കൽക്കത്താ തിസീസിനെതിരായി പ്രവർത്തിച്ചു. അധികാരം പിടിച്ചെടുക്കുന്നതിന്റെ ഭാഗമായി ആഹ്വാനം ചെയ്യപ്പെട്ട പൊലീസ് സ്റ്റേഷൻ ആക്രമണം നടപ്പാക്കാൻ കൂട്ടാക്കിയില്ല. വർഗശത്രുക്കളെ ഉന്മൂലനം ചെയ്യാൻ വിസമ്മതിച്ചു തുടങ്ങിയവയായിരുന്നു കുറ്റപത്രത്തിലെ ചില പ്രധാന ആരോപണങ്ങൾ. അവസാനം പാർട്ടിയിൽ നിന്ന് പുറത്താക്കാനുള്ള തീരുമാനം സ. എൻ.ഇ. ബലറാം വായിച്ചു. ഞാൻ ഏതൊന്നിനു വേണ്ടിയാണോ എല്ലാ സുഖസൗകര്യങ്ങളും മറന്ന്, ബന്ധുക്കളേയും കുടുംബാംഗങ്ങളേയും ഉപേക്ഷിച്ച് അവർക്കെതിരായി സമരം ചെയ്തത്, ജീവനെപ്പോലും തൃണവൽക്കരിച്ച് പ്രവർത്തിച്ചത്, ആ പ്രസ്ഥാനം എന്നെ പുറന്തള്ളുന്നു. ഈ തീരുമാനം കേട്ടപ്പോഴുണ്ടായ ഞെട്ടൽ ഇന്നും എന്റെ ശരീരത്തിൽ അവശേഷിച്ചിട്ടുണ്ടോ എന്നൊരു തോന്നൽ..." തുടർന്നുണ്ടായത് മാധവൻ വിവരിക്കുന്നു: "ഈ പ്രസ്ഥാനം വിട്ട് ജീവിക്കാൻ എനിക്കാവില്ല. ഞാനുൾക്കൊള്ളുന്ന പ്രസ്ഥാനത്തിനു വേണ്ടി മരിക്കാൻ ഞാൻ തയ്യാറാണ്, ഞാൻ പാർട്ടി വിട്ടുപോകാൻ തയ്യാറല്ലെന്നും, പാർട്ടി നിർദേശിക്കുന്ന തരത്തിൽ ഏത് വിധത്തിലുള്ള സമരവും നയിക്കാനും ഞാൻ തയ്യാറാണെന്നും മറ്റുമുള്ള സ്റ്റേറ്റ്മെന്റ് എഴുതിക്കൊടുത്തു. ഇതിന്റെ ഫലമായി എന്നെ പുറത്താക്കാനുള്ള തീരുമാനം റദ്ദ് ചെയ്തു. എന്റെ പ്രവർത്തനം നിരീക്ഷിക്കാനായി കല്യാശ്ശേരിയിലെ സ. വി.കെ.വി. നാരായണൻ നമ്പ്യാരെ നിയമിക്കുകയും ചെയ്തു."

തുടർന്നുണ്ടായ ചില സംഭവങ്ങളെ സ. മാധവൻ സ്മരിക്കുന്നു: "കമ്യൂണിസ്റ്റ് പാർട്ടിയുടെ കോട്ടയായിരുന്ന ക്ലായിക്കോട് ചേർന്ന ഈ യോഗം 'വർഗശത്രു'ക്കളുടെ ഹിറ്റ്ലിസ്റ്റ് തയ്യാറാക്കുകയും കിണാവൂരും ക്ലായിക്കോടും കോൺഗ്രസ് സമ്മേളനപ്പന്തലുകൾക്ക് തീ വെക്കാൻ തീരുമാനിക്കുകയും ചെയ്തു. ഇന്ന് തിരിഞ്ഞുനോക്കുമ്പോൾ ഇതിൽ എന്നെ ഏറ്റവും വേദനിപ്പിക്കുന്നത് ഞാൻ പിതൃതുല്യം സ്നേഹിച്ചിരുന്ന കേളപ്പജിക്കെതിരെ നടത്തിയ നീക്കമാണ്. കേളപ്പനെ ഞങ്ങൾ ലക്ഷ്യമിട്ടിരുന്നെങ്കിലും സമ്മേളനപ്പന്തലിൽ കനത്ത പൊലീസ് കാവൽ ഉണ്ടായിരുന്നതിനാൽ ആ 'കൃത്യം' നടക്കാതെ പോയി. ഞങ്ങളുടേയും

പ്രസ്ഥാനത്തിന്റേയും ഭാഗ്യംകൊണ്ട് അങ്ങനെ ഒരു വൻദുരന്തം ഒഴിവായി. ടി തീരുമാനമനുസരിച്ച് എന്റെ നേതൃത്വത്തിലും ഒരാളെ ഉന്നമിട്ടിരുന്നെങ്കിലും ഭാഗ്യത്തിന് ആക്രമണം ഭയന്ന് പ്രസ്തുത വ്യക്തി നേരത്തെ സ്ഥലംവിട്ടതുകൊണ്ട് ആ പരിപാടിയും നടന്നില്ല."

1964-ലെ പാർട്ടിയിലെ പിളർപ്പിനെ സ. മാധവൻ ഇങ്ങനെ ഓർക്കുന്നു: "പാർട്ടി രണ്ടായി. ഗ്രാമതലം തൊട്ട് സെൻട്രൽ കമ്മിറ്റി വരെ ഇതായി രുന്നു സ്ഥിതി. ഇന്ത്യൻ രാഷ്ട്രീയ മണ്ഡലത്തിൽ അതുവരെ അച്ചടക്ക ത്തിന് പേരുകേട്ട കേഡർ പാർട്ടിയായ കമ്യൂണിസ്റ്റ് പാർട്ടിയിൽ അച്ചടക്ക രാഹിത്യം നടന്നു. ചുരുങ്ങിയ കാലംകൊണ്ട് ഇന്ത്യൻ നാഷണൽ കോൺഗ്രസിന് സമാനമായി ഇന്ത്യൻ കമ്യൂണിസ്റ്റ് പാർട്ടി ഉയർന്നുവരും എന്ന സാധാരണക്കാരുടെ പ്രതീക്ഷ അതോടെ അസ്ഥാനത്തായി. പാർട്ടി രണ്ടായതോടെ സമരങ്ങൾ സഖാക്കൾ തമ്മിലായി. അവിടെ മുതലാളിയും തൊഴിലാളിയും പിന്തിരിപ്പന്മാരും എല്ലാം സഖാക്കൾ തന്നെ. സമരം ചെയ്യേണ്ടത് ആരോടാണെന്ന് അവർ മറന്നുകളഞ്ഞു."

പിളർപ്പിനുശേഷം മാധവന്റെ ജീവനുതന്നെ ഭീഷണിയുണ്ടായി. മാധവൻ എഴുതുന്നു: "രാത്രി എന്നതുപോട്ടെ പകൽപോലും ഒറ്റയ്ക്ക് വഴിനടക്കുന്നത് അപകടമാണ് എന്ന ഘട്ടം വരെ വന്നു. എന്നെ ആശ്ചര്യ പ്പെടുത്തിയതും വേദനിപ്പിച്ചതും മാർക്സിസ്റ്റ് സഖാക്കളുടെ പെരുമാറ്റ മായിരുന്നു. രാഷ്ട്രീയ വിരോധം ഇത്ര നിഷ്ഠുരമാകുമെന്ന് ആ സന്ദർഭ ത്തിലേ എനിക്ക് മനസ്സിലാക്കാൻ സാധിച്ചുള്ളൂ. ഉപ്പും ചോറും മാത്രം തിന്ന്, വീടും വീട്ടുകാരും വെറുത്ത് അങ്ങാടി ആടിനെപ്പോലെ ചുറ്റി ത്തിരിഞ്ഞ്, മുപ്പത്തിയാറ് വർഷത്തെ നിരന്തര പ്രവർത്തനങ്ങൾ നടത്തി ഒരു മഹാപ്രസ്ഥാനം കെട്ടിപ്പടുക്കാൻ ഒപ്പം പ്രവർത്തിച്ച സഖാക്കളു ടേയും കൃഷിക്കാരുടേയും അസഹ്യമായ പെരുമാറ്റം കണ്ടപ്പോൾ ഭ്രാന്ത് പിടിക്കാത്തതിലേ അദ്ഭുതമുള്ളൂ."

വിമർശനത്തോടും വിയോജിപ്പിനോടുമുള്ള കമ്യൂണിസ്റ്റ് പാർട്ടിയുടെ അസഹിഷ്ണുതയെ സ. മാധവൻ പരാമർശിക്കുന്നുണ്ട്: "പാർട്ടിയുടെ തീരുമാനത്തെ, ഭൂരിപക്ഷത്തിന്റെ തീരുമാനത്തെ, എതിർക്കുന്ന സഖാക്ക ളോടുള്ള സമീപനം എപ്പോഴും മോശമാണെന്നാണ് അനുഭവം. പാർട്ടി യിലെ തെറ്റ് തിരുത്താൻ സഹായകമായ നിലപാടല്ല ഇതെന്നാണ് എന്റെ അഭിപ്രായം. നേരെ മറിച്ച് അഭിപ്രായം പറയുന്ന സഖാക്കളെ അപ കർഷതാബോധത്തിലേക്ക് തള്ളിവിടാനുള്ള ഒരു പ്രവണത കണ്ടുവരുന്ന താണ് കഷ്ടം. ഇതിന്റെ പ്രത്യക്ഷോദാഹരണമാണ് കൽക്കത്താ പ്രമേയത്തെ തുടർന്നുള്ള സ. ജോഷിയുടെ നേരെ കൈക്കൊണ്ട സമീപനം. ജോഷി മരിച്ചപ്പോൾ അദ്ദേഹത്തെ പ്രകീർത്തിച്ചുകൊണ്ട് പലരും എഴുതിക്കണ്ടു. എന്നാൽ അക്കാലത്ത് ജോഷിയോട് കൈ ക്കൊണ്ട നിലപാട് ഇന്ന് വല്ലവരും ഓർക്കുന്നുണ്ടോ എന്ന കാര്യത്തിൽ സംശയമുണ്ട്."

പാർട്ടി പിളർന്നതിനുശേഷം സി.പി.ഐയുടെ അംഗമായിത്തീർന്ന സ. മാധവൻ 1982-ൽ ബി.ജെ.പിക്ക് എതിരായി പ്രമേയമവതരിപ്പിച്ച അനുഭവത്തെപ്പറ്റി എഴുതുന്നു: "1982-ൽ വാരണാസിയിൽ വച്ച് നടന്ന പാർട്ടി കോൺഗ്രസ്സിൽ ഞാൻ ഒരു പ്രമേയം അവതരിപ്പിച്ചു. ബി.ജെ.പിക്കെതിരായി മതേതരപാർട്ടികളുമായി യോജിച്ച് മുന്നണിയുണ്ടാക്കാൻ സി.പി.ഐയും മറ്റ് ഇടതുപക്ഷ കക്ഷികളും മുൻകൈയെടുക്കണമെന്നായിരുന്നു പ്രമേയത്തിന്റെ ഉള്ളടക്കം. പക്ഷേ വോട്ടിനിട്ടപ്പോൾ കിട്ടിയത് ഉത്തരപ്രദേശിലെ രണ്ട് പ്രതിനിധികളുടേയും എന്റെയുമടക്കം മൂന്ന് വോട്ട്! പാർട്ടി നേതൃത്വത്തിന്റെ ഇംഗിതങ്ങൾക്കനുസൃതമായി അവർ കൈക്കൊള്ളുന്ന ഏത് തെറ്റായ തീരുമാനങ്ങൾക്കും അംഗീകാരം നല്കുക എന്നതിലുപരി രാജ്യത്തിന്റെ വിശാലതാത്പര്യങ്ങൾ സംരക്ഷിക്കാനുതകുന്ന സ്വതന്ത്രചിന്തകൾക്ക് പാർട്ടിയിൽ സ്ഥാനമില്ലെന്ന കാര്യം എനിക്ക് ഒന്നുകൂടി ബോധ്യമായി."

1987-ൽ സ. മാധവൻ സി.പി.ഐ വിട്ട് സി.പി.എമ്മിൽ അംഗമായതിനെ മാധവൻ ഇങ്ങനെ സ്മരിക്കുന്നു. "എന്റെ രാഷ്ട്രീയ ജീവിതത്തിൽ ഒരിക്കലും പറ്റാൻ പാടില്ലാത്ത തെറ്റായിരുന്നു സി.പി.എമ്മിൽ ചേരാനുള്ള എന്റെ തീരുമാനമെന്ന് അധികം വൈകാതെ എനിക്ക് ബോധ്യപ്പെട്ടു. വറചട്ടിയിൽ നിന്ന് എരിതീയിലേക്ക് വീണ അനുഭവമാണ് എനിക്കവിടെ ഉണ്ടായത്. അവിഭക്ത കമ്യൂണിസ്റ്റ് പാർട്ടിക്ക് തീർത്തും വിരുദ്ധമായ ഒരു രാഷ്ട്രീയ സംസ്കാരമാണ് ഞാൻ സി.പി.എമ്മിൽ കണ്ടത്. ഉൾപ്പാർട്ടി ജനാധിപത്യം, സഹിഷ്ണുത, സാമ്പത്തിക അച്ചടക്കം തുടങ്ങിയവ തീരെ കുറവായി എനിക്കനുഭവപ്പെട്ടു. പി. കൃഷ്ണപിള്ളയെപ്പോലെ അടിമുതൽ മുടിവരെ സത്യസന്ധതയും കൃത്യനിഷ്ഠയുമുള്ള ഒരു സഖാവിന്റെ ശിക്ഷണത്തിൽ വളർന്ന എനിക്ക് ഇത്തരമൊരവസ്ഥയുമായി യോജിച്ചു പോകാൻ കഴിഞ്ഞില്ല. രാഷ്ട്രീയ എതിരാളികളെ ആശയപരമായി നേരിടുന്നതിനു പകരം കായികമായി നേരിടുന്ന സി.പി.എം. സമീപനത്തോട് എനിക്ക് ശക്തിയായി വിയോജിക്കേണ്ടി വന്നു."

സ. കൃഷ്ണപിള്ളയേയും സ. ഇ.എം.എസ്സിനേയും തുലനം ചെയ്തുകൊണ്ട് സ. മാധവൻ എഴുതുന്ന വാക്കുകൾ ശ്രദ്ധേയമാണ്.

"എന്നെ കമ്യൂണിസ്റ്റാക്കുന്നതിൽ ഏറ്റവുമധികം സ്വാധീനിച്ചത് സ. പി. കൃഷ്ണപിള്ളയാണ്. സഖാവിന്റെ ത്യാഗോജ്ജ്വലമായ ജീവിതവും ധീരതയും അദ്ഭുതാവഹമായ സംഘടനാപാടവവും പ്രതിബന്ധങ്ങളെ തരണം ചെയ്തുകൊണ്ട് മുന്നോട്ടുപോകാനും അനുയായികളെ ആവേശം കൊള്ളിക്കാനും ഉള്ള കഴിവും അനിതരസാധാരണമായിരുന്നു. കൃഷ്ണപിള്ളയുടെ അസാമാന്യമായ കാഴ്ചപ്പാടും അപ്രതിഹിതമായ മനഃശക്തിയും എല്ലാവരോടും സമഭാവനയിൽ പെരുമാറാനും ജനങ്ങളെ ഒന്നടങ്കം ആകർഷിക്കാനുമുള്ള കഴിവും സർവസമ്മതമാണ്. ഒരു കുഴപ്പമുണ്ടായാൽ അതിന്റെ കാതലായ ഭാഗം മനസ്സിലാക്കി പരിഹാരം കാണാനുള്ള അതുല്യമായ പാടവം അദ്ദേഹത്തിന്റെ പ്രത്യേകതയാണ്.

മറ്റുള്ളവരുടെ കഴിവ് നോക്കി ജോലി നിർദേശിക്കാനുള്ള സഖാവിന്റെ കഴിവും അന്യാദൃശമാണ്. ഇടക്കാലത്ത് ഇ.എം.എസ്. ചെലുത്തിയ സ്വാധീനവും വലുതാണ്. ഒരു ഉയർന്ന ജന്മികുടുംബത്തിൽ നിന്നും എല്ലാ ജീവിതസൗകര്യങ്ങളും വലിച്ചെറിഞ്ഞ് സാധാരണക്കാരന്റെ ജീവിതത്തിലേക്ക് ഇറങ്ങിവന്ന നമ്പൂതിരിപ്പാടിന് എതിരാളികളുടെ വാദമുഖങ്ങളെ അതാതവസരം ഖണ്ഡിച്ചുകൊണ്ട് അടക്കിയിരുത്താനും പാർട്ടി പ്രവർത്തകർക്ക് പ്രത്യയശാസ്ത്രപരമായ ദൃഢത കൈവരുത്താനും കഴിഞ്ഞിരുന്നു. ക്ഷീണിക്കാത്ത മനീഷിയും മഷിയുണങ്ങാത്ത പേനയും ഇ.എം.എസ്. കൂടുതലായും ഉഴിഞ്ഞുവെച്ചത് സ്വന്തം പാർട്ടിയെ അധികാരത്തിലേറ്റാനുള്ള നയപരിപാടികൾ ആവിഷ്കരിക്കാനാണെന്നത് ചരിത്രത്തിലെ ദുര്യോഗങ്ങളിലൊന്നാണ്. ന്യായീകരണങ്ങളെന്തായാലും ഇടക്കാലത്ത് വർഗീയകക്ഷികളെ കൂട്ടുപിടിച്ചതും കമ്യൂണിസ്റ്റ് ഐക്യത്തിന് തടസ്സം നിന്നതും എതിരാളികളെ കായികമായി നേരിടുന്ന അനുയായികളുടെ തീക്കളിക്ക് മൗനാനുവാദം നൽകിയതും എല്ലാം കേരളത്തെ പിറകോട്ടു നയിക്കാനേ ഉതകിയിട്ടുള്ളൂ. 1934-39 കാലത്ത് കോൺഗ്രസ് സോഷ്യലിസ്റ്റ് പാർട്ടിയുടെ നേതൃനിരയിലുണ്ടായിരുന്നപ്പോൾ ബഹുവർഗ സംഘടനകൾ രൂപീകരിക്കുകയും അവയെ കൂട്ടിയിണക്കി അജയ്യമായൊരു രാഷ്ട്രീയ പ്രസ്ഥാനമാക്കി മാറ്റുകയും ചെയ്യുന്നതിൽ കൃഷ്ണപിള്ളയുടെ സംഘടനാപാടവത്തോടൊപ്പം ഇ.എം.എസിന്റെ താത്ത്വിക സംഭാവനയും രാഷ്ട്രീയജീവിതത്തിൽ വിലപ്പെട്ടതാണ്. അതാണ് ഇ.എം.എസിന്റെ രാഷ്ട്രീയ ജീവിതത്തിലെ ഏറ്റവും തേജോമയമായ കാലഘട്ടം. അതുകഴിഞ്ഞാൽ 1957-ലെ ആദ്യ കമ്യൂണിസ്റ്റ് മന്ത്രിസഭയിലെ മുഖ്യമന്ത്രി കാലഘട്ടവും."

കേരള കമ്യൂണിസ്റ്റ് പ്രസ്ഥാനത്തിന്റെ ആധാരശിലാസ്ഥാനികളിലൊരാളായ സ. മാധവൻ തന്റെ 98-ാമത്തെ വയസ്സിൽ കമ്യൂണിസത്തിന്റെ ഇന്നത്തെ അവസ്ഥയെ വിലയിരുത്തുന്നത് ഇങ്ങനെയാണ്:

"സ്റ്റാലിനിസത്തിലധിഷ്ഠിതമായ അക്രമ നയവും കമ്യൂണിസ്റ്റ് പാർട്ടികളുടെ കാലഹരണപ്പെട്ട സംഘടനാ സംവിധാനവും ഈ പരാജയത്തിൽ 'അതായത് ഇന്ത്യയിലൊട്ടാകെ വേരോടിക്കുന്നതിൽ സംഭവിച്ച പരാജയത്തിൽ' എത്രത്തോളം കാരണമായെന്ന് വിലയിരുത്തപ്പെടേണ്ടതാണ്. കമ്യൂണിസ്റ്റ് പ്രസ്ഥാനത്തിന്റെ ചരിത്രം വലിയൊരളവോളം നിഗൂഢതകൾ നിറഞ്ഞതായിരുന്നു. രഹസ്യസ്വഭാവം ഒരു ഘട്ടംവരെ ആവശ്യമായിരുന്നു. പക്ഷേ, ഇന്നത്തെ ലോകസാഹചര്യത്തിൽ സഹിഷ്ണുതയും സുതാര്യവുമായിരിക്കണം കമ്യൂണിസ്റ്റ് പാർട്ടിയുടെ മുഖമുദ്ര. വർത്തമാനകാലത്തെ തെറ്റുതിരുത്താൻ പാകത്തിൽ ഗുണപരമായ ചർച്ചയ്ക്ക് വഴിതുറക്കാൻ അധികമാർക്കും താത്പര്യമില്ലെന്ന വസ്തുത എന്നെ ദുഃഖിപ്പിക്കുന്നു. മാനസികവും ബുദ്ധിപരവുമായ വിധേയത്വം ഇന്നും നമ്മുടെ സമൂഹത്തിൽ വേരുറച്ചതിന് ഉദാഹരണമായി ഞാനിതിനെ കാണുന്നു."

ഇന്ത്യയിൽ ഒരു പുതിയ ഇടതുപക്ഷം ഉണ്ടാകേണ്ടതിന്റെ ആവശ്യകതയെ പരാമർശിക്കുമ്പോൾ, സ. മാധവൻ ഊന്നിപ്പറയുന്നത് കമ്യൂണിസ്റ്റ് പാർട്ടികളുടെ പുനരേകീകരണത്തെയാണ്.

"സംഘപരിവാറിന്റെ ഭൂരിപക്ഷ വർഗീയതയെയും ബാഹ്യശക്തികളുടെ പ്രോത്സാഹനത്തോടെ തഴച്ചുവളരുന്ന ന്യൂനപക്ഷ വർഗീയതയേയും തടയാൻ മതേതരകക്ഷികളുടെ കൂട്ടായ്മകൊണ്ടേ സാധ്യമാകൂ. ഇടതുപക്ഷത്തിന്റെ ശക്തിക്ക് അത്യന്താപേക്ഷിതമായ കമ്യൂണിസ്റ്റ് പാർട്ടികളുടെ ലയനത്തിന് തടസ്സമായി നിൽക്കുന്നത് ഏതാനും നേതാക്കളുടെ സ്വാർഥതയല്ലാതെ മറ്റെന്തെങ്കിലും യഥാർഥ കാരണമുണ്ടെന്ന് തോന്നുന്നില്ല. പുനരേകീകരണത്തിലൂടെ പ്രബലമാകുന്ന കമ്യൂണിസ്റ്റ് പാർട്ടി, കോൺഗ്രസ് ഉൾപ്പെടെയുള്ള മതേതര പാർട്ടികളോടൊപ്പം നിലയുറപ്പിച്ചാൽ ആ മുന്നണിക്ക് നവകൊളോണിയലിസത്തിന്റെ കടന്നുകയറ്റത്തെ ചെറുക്കാനും വർഗീയതയ്ക്കെതിരെ പോരാടാനും കഴിയുമെന്ന് മാത്രമല്ല, ഇന്ത്യൻ രാഷ്ട്രീയത്തിലെ അജയ്യ ശക്തിയായി മാറാനും കഴിയും."

സ. മാധവന്റെ ത്യാഗഭരിതമായ ജീവിതപാതയിൽനിന്നുള്ള ഹൃദയസ്പർശിയായ ഒരു ചിത്രം അദ്ദേഹത്തിന്റെ അമ്മയുടെ മരണത്തെപ്പറ്റി അദ്ദേഹം കുറിക്കുന്ന ഓർമയിൽ മിന്നിമറയുന്നു: "1956-ൽ ഒരു ദിവസം, കൃത്യമായ തീയതി ഓർമ്മയില്ല, ബസ്സിൽ വെച്ചാണ് വിവരമറിഞ്ഞത്. എന്റെ ഒരു ബന്ധുവിന്റെ ഓർക്കാപ്പുറത്തിലുള്ള ചോദ്യത്തോടെ: "അല്ല മാധവേട്ടനെന്താ ബസ്സിൽ?" ഒന്നും മനസ്സിലാകാതെ ഞാനയാളെ നോക്കിയപ്പോൾ, "അപ്പോ, മാധവേട്ടൻ അറിഞ്ഞില്ലേ? മാധവേട്ടന്റെ അമ്മ മരിച്ചിട്ട് രണ്ടു ദിവസമായി."

മലയാളികളുടെ സാക്ഷരതാ നവോത്ഥാനത്തിന്റെ മുഖ്യശില്പി എന്ന് വിശേഷിപ്പിക്കാവുന്ന പി.ടി. ഭാസ്ക്കരപ്പണിക്കർ, 1957-ൽ വിദ്യാഭ്യാസ മന്ത്രി മുണ്ടശ്ശേരിയുടെ പ്രൈവറ്റ് സെക്രട്ടറിയായിരുന്നു. അന്ധവിശ്വാസങ്ങളുടെയും ജാതി-മതതാത്പര്യങ്ങളുടെയും കണക്കു നോക്കി വിദ്യാഭ്യാസ സ്ഥാപനങ്ങൾ അനുവദിക്കുന്ന നമ്മുടെ കാലത്ത്, പെരിയയിൽ ഹൈസ്ക്കൂൾ ലഭിക്കാനുള്ള അനുവാദത്തിനു വേണ്ടി സ. മാധവൻ രാത്രി മൂന്നു മണിക്ക് അദ്ദേഹത്തെ ഉണർത്തിയപ്പോൾ പറഞ്ഞ അവിസ്മരണീയങ്ങളായ വാക്കുകൾ അദ്ദേഹം കുറിക്കുന്നു.

"വിഷമമില്ല മാധവാ, സന്തോഷമേയുള്ളൂ. ഹോസ്ദുർഗയിലെ ജനങ്ങൾ അവരുടെ പട്ടിണിയും കഷ്ടപ്പാടും ദൈവവിധിയാണെന്ന ബോധം വിട്ട് ഇതെല്ലാം മനുഷ്യനിർമിതമാണെന്ന് മനസ്സിലാക്കാൻ ഈ വിദ്യാലയങ്ങൾ ഇടവരുത്തട്ടെ."

രാഷ്ട്രീയം മാത്രമല്ല, സ. മാധവന്റെ ഈ ഓർമക്കുറിപ്പുകളിൽ നിറയുന്നത്. മഹാകവി പി.യെപ്പറ്റിയുള്ള ഈ നർമമധുരമായ സ്മരണ കാണുക:

"മഹാകവി പിയുമായി ഞാൻ നന്നേ ചെറുപ്പത്തിലേ ബന്ധപ്പെട്ടിരുന്നു. ഏച്ചിക്കാനം ജന്മിമാരുടെ വ്യവഹാര കാര്യസ്ഥനായിരുന്നുവല്ലൊ അദ്ദേഹത്തിന്റെ അച്ഛൻ. പട്ടാമ്പി സംസ്കൃത കോളേജിൽ നിന്നും നാട്ടിലേക്ക് വന്നാൽ അധികവും എന്റെ വലിയച്ഛന്റെ കൂടെയായിരുന്നു കുഞ്ഞിരാമൻ നായർ താമസിക്കാറ്. വലിയച്ഛനെ സംസ്കൃതത്തിലുള്ള ഭാഗവതവും രാമായണവും കുഞ്ഞിരാമൻ നായർ വായിച്ചുകേൾപ്പിക്കും. വൈകുന്നേരം നാലുമണി കഴിഞ്ഞാൽ അദ്ദേഹം ഞങ്ങളുടെ കൂടെ പന്ത് കളിക്കാൻ വരും. കുഞ്ഞിരാമൻ നായർ എന്നും ഗോൾകീപ്പറായാണ് നിൽക്കുക. ഗോൾപോസ്റ്റിൽ, പന്തുകളിയിൽ ശ്രദ്ധിക്കാതെ വള്ളത്തോൾ കവിത ചൊല്ലിക്കൊണ്ട് മൂപ്പർ നോക്കിനിൽക്കും. പോസ്റ്റിൽ ബോൾ വീഴുന്നത് മൂപ്പർ അറിയില്ല. തുടർന്ന് ഞങ്ങളുടെ ശകാരമായി. കുഞ്ഞിരാമൻ നായർ ഗോളിയായി നിൽക്കുന്ന ഭാഗത്തിന്റെ തോൽവിയിലായിരിക്കും ഓരോ ദിവസവും കളിയവസാനിപ്പിക്കുക. ഞങ്ങളുടെ വിമർശനവും തെറിയും കേൾക്കുമ്പോൾ അദ്ദേഹവും ചിരിക്കും. ചിലപ്പോൾ നിലത്ത് ഇരുന്നുകളയും. എന്തായാലും പന്തുകളിയിൽ 'ടീം' തികയണമെങ്കിൽ അദ്ദേഹത്തേയും ചേർത്തേ പറ്റൂ. ജന്മിത്തറവാട്ടിലെ കുട്ടികളുടെ കൂടെ മറ്റു സാധാരണക്കാരുടെ കുട്ടികൾക്ക് കളിക്കാൻ പറ്റില്ല. അത് അന്തസ്സിന് നിരക്കുന്നതല്ലല്ലോ!

രാത്രിയായാൽ കുഞ്ഞിരാമൻനായർ ഒരു ഭ്രാന്തനെപ്പോലെ ആകാശത്തിൽ നക്ഷത്രങ്ങളെ നോക്കി പലപ്പോഴും ഏകനായി നടക്കുന്നത് ഞാൻ ശ്രദ്ധിച്ചിട്ടുണ്ട്. ഇങ്ങനെ നടന്ന് പലപ്പോഴും വീണുപോയിട്ടുണ്ട്. കൈയും കാലും പൊട്ടിയിട്ടുണ്ട്. ഈ പരിക്കുകൾ ചൂണ്ടി ഞങ്ങൾ തമാശയാക്കാറുണ്ട്."

സ. മാധവന്റെ ആത്മകഥ മലയാളികൾക്ക് സമ്മാനിക്കുന്നത് അവരുടെ ജിവിതത്തിലെ അധിനിവേശ ശക്തികളിലൊന്നായ കമ്യൂണിസത്തിന്റെ ചരിത്രത്തിനെപ്പറ്റിയും രൂപപരിണാമങ്ങളെപ്പറ്റിയുമുള്ള സത്യസന്ധങ്ങളായ ഉൾക്കാഴ്ചകളും പരിപ്രേക്ഷ്യങ്ങളുമാണ്. അദ്ദേഹത്തെപ്പോലെയുള്ളവർ രക്തം ചൊരിഞ്ഞു സ്വപ്നം കണ്ട കമ്മ്യൂണിസവും ഇന്ന് മലയാളികൾ അനുഭവിക്കുന്ന കമ്യൂണിസവും തമ്മിലുള്ള അഗാധമായ അന്തരത്തിലേക്ക് തിരിച്ചുപിടിച്ച ഒരു കണ്ണാടിയാണ് ഒരു വീർപ്പിന് നമ്മെ വായിപ്പിക്കുന്ന ഈ ലളിതസുന്ദരമായ ആത്മകഥ.

കെ.മാധവന്റെ "ഒരു ഗാന്ധിയൻ കമ്മ്യൂണിസ്റ്റിന്റെ ഓർമ്മകൾ"
എന്ന ഗ്രന്ഥത്തിന്റെ 4-ാം പതിപ്പിനെഴുതിയ അവതാരിക.

ഔട്ട്ലുക്ക് ഓണം സ്പെഷൽ 2012

കളവു പറയാനൊരു മലയാളം

എനിക്കു തോന്നുന്നത് 1000 കഥാകാരികൾ അല്ലെങ്കിൽ കഥാകാരന്മാർ ഉണ്ടെങ്കിൽ കഥയുടെ ആയിരം രസതന്ത്രങ്ങളും ഉണ്ടായിരിക്കും എന്നാണ്. അന്തർജനത്തിന്റെ രസതന്ത്രമല്ല മാധവിക്കുട്ടിയുടേത്. എം.ടി. യുടേതല്ല വി.കെ. എന്നിന്റേത്. ബഷീറിന്റെ രസതന്ത്രമല്ല പൊറ്റെക്കാടിന്റേത്. രസതന്ത്രം ഇവിടെ ഒരു ഉചിതമായ വാക്കാണ്. കെമിസ്ട്രി. കെമിസ്ട്രി ചേരുവകളുടെ ശാസ്ത്രമാണ്. എനിക്ക് മനസ്സിലായിട്ടുള്ളിടത്തോളം എഴുതുന്നയാളിന്റെ ഓർമയിൽനിന്നും അനുഭവങ്ങളിൽ നിന്നും ധാരണകളിൽ നിന്നും അംശങ്ങളെടുത്ത് ഭാവന നിർമിക്കുന്ന ചേരുവകളാണ് കഥയും നോവലും കവിതയും മറ്റും. അതായത് അങ്ങനെയും പറയാം. വാസ്തവത്തിൽ എങ്ങനെയും പറയാം.

സാഹിത്യത്തെപ്പോലെ അതിശയോക്തിക്ക് വിധേയമായ മറ്റൊരു മേഖലയുണ്ടെങ്കിൽ അത് ഭക്തി മാത്രമാണ് എന്നു തോന്നുന്നു. സാഹിത്യകാരന്മാർ തന്നെയാണ് ഈ അതിശയോക്തിയുടെ നല്ല പങ്കും നിർമിക്കുന്നതും. എഴുത്തുകാർ എന്തോ അദ്ഭുതജീവികളാണെന്ന പരിവേഷം സൃഷ്ടിക്കാൻ അത് സഹായിക്കുന്നു. പക്ഷേ, അതിൽ എഴുത്തുകാരൻ തന്നെ വിശ്വസിച്ചുവശായാലാണ് കുഴപ്പം. ഏതായാലും ഓർമയെയും അനുഭവങ്ങളെയും ധാരണകളെയും ചേർത്ത് എഴുത്തുകാരന്റെ ഭാവന ഉണ്ടാക്കുന്ന മിശ്രിതം ചെന്നുവീഴുന്ന മൂശയാണ് ഭാഷ എന്നാണ് തോന്നിയിട്ടുള്ളത്. ഭാവന എന്താണെന്നു മാത്രം യാതൊരു പിടിയും കിട്ടുന്നില്ല. ഭാവന ഇല്ലെങ്കിൽ ഓർമയും അനുഭവങ്ങളും ധാരണകളുമെല്ലാം വെറും സ്ഥാവര-ജംഗമ വസ്തുക്കൾ മാത്രമാണ് എന്ന് അറിയാം. മൂശ ഒന്നേയുള്ളൂ – ഭാഷ.

അതിൽ നിറയുന്ന ഭാവനയുടെ ചേരുവകൾ ആയിരക്കണക്കിനും പതിനായിരക്കണക്കിനുമാണ്. മലയാളം എന്ന ഭാഷ ഒരു മൂശയാണ്. കണ്ണശ്ശകവികൾ മുതൽ ഉപയോഗിച്ചുപോരുന്ന ഒരു മൂശ. വാസ്തവത്തിൽ ഭാഷയിലുള്ളതുപോലെ ജനാധിപത്യം മറ്റൊരിടത്തുമില്ല. ആർക്കും അതെടുത്ത് എന്തിനും ഉപയോഗിക്കാം. പച്ചക്കള്ളം പറയാനും ഉപയോഗിക്കാം. സത്യം പറയാനും ഉപയോഗിക്കാം. വഞ്ചിക്കാനും ഉപയോഗിക്കാം സ്നേഹിക്കാനും ഉപയോഗിക്കാം. ചാരവൃത്തിക്കേസുകൾ ഉണ്ടാക്കുന്നത്

ഭാഷ ഉപയോഗിച്ചാണ് ആൾ ദൈവം ദൈവം ചമയുന്നത് ഭാഷ ഉപയോഗിച്ചാണ്. മന്ത്രിമാർ രാജാവ് ചമയുന്നത് ഭാഷ ഉപയോഗിച്ചാണ്. മലയാളം എന്ന ഭാഷയുമായുള്ള എന്റെ ഇത്രയുംകാലത്തെ ബന്ധപ്പെടലിൽ നിന്ന് എനിക്ക് മനസ്സിലായ ഒരു വസ്തുതയുണ്ട്. കളവു പറയാനായി ഇത്ര മാത്രം ആസൂത്രിതമായി ഉപയോഗിക്കപ്പെടുന്ന മറ്റൊരു ഇന്ത്യൻഭാഷ ഇന്ന് ഇല്ല. മലയാളത്തിൽ ഇനി സത്യം പറയാൻ കഴിയുമോ എന്നു പോലും സംശയിക്കണം.

പിച്ചവെയ്ക്കാൻ തുടങ്ങിയിട്ടില്ലാത്ത ഭാഷയായ മലയാളത്തിന് വ്യാജ ക്ലാസിക് പദവി നല്കാനുള്ള ഭഗീരഥപ്രയത്നത്തിന് ചെലവഴിക്കുന്ന ഊർജം അതിനെ സത്യം പറയാൻ വീണ്ടും പരിശീലിപ്പിക്കാനായി വിനിയോഗിച്ചാൽ എത്ര നന്നായിരുന്നു! പക്ഷേ, അപ്പോൾ മാധ്യമങ്ങളും രാഷ്ട്രീയപാർട്ടികളും മതങ്ങളും പുരോഹിതന്മാരും ജാതിനായകന്മാരും കുറെയേറെ ബുദ്ധിജീവികളും വേറൊരു ഭാഷ കണ്ടുപിടിക്കേണ്ടിവരും. ഭാഷയുടെ ശബ്ദങ്ങളും അക്ഷരങ്ങളും എല്ലാവരും പങ്കുവെയ്ക്കുന്നു. വാക്കുകളും എല്ലാവരും പങ്കുവെയ്ക്കുന്നു.

സാഹിത്യത്തിന്റെ രസതന്ത്രം തുടങ്ങുന്നത് ഭാവനയുടെ മിശ്രിതം, ഭാഷയുടെ മൂശയിലിരുന്ന് ചില തെരഞ്ഞെടുപ്പുകൾ നടത്തുമ്പോഴാണ്. വാക്കുകളെ തിരസ്കരിക്കാനും സ്വീകരിക്കാനും നവീകരിക്കാനുമുള്ള എഴുത്തുകാരന്റെ തീരുമാനങ്ങളനുസരിച്ച് ഈ രാസപരീക്ഷണശാലയിൽ സാഹിത്യത്തിന്റെ രസതന്ത്രം ഉണർന്നെണീക്കുന്നു എന്നാണ് എനിക്കു തോന്നിയിട്ടുള്ളത്. വാക്കുകളെ തിരസ്കരിക്കലാണ് കഥ പറയലിന്റെ രസതന്ത്രത്തിന്റെ ഒന്നാംഘട്ടം എന്നുതോന്നുന്നു.

ഉദാഹരണമായി: കാവ്യത്തിൽനിന്ന് കടംകൊണ്ട മധുരിക്കുന്ന വാക്കുകൾ. അശ്രദ്ധവും ഉപരിപ്ലവവുമായ ഉപയോഗംകൊണ്ട് വൃത്തി കെട്ടുപോയ വാക്കുകൾ. അർഥശൂന്യമായ, ആവർത്തിച്ചുപയോഗം കൊണ്ട് ജീവച്ഛവമായ വാക്കുകൾ - Cliche. ജാതിക്കും മതത്തിനും വർഗീയതയ്ക്കും വേണ്ടി ദുരുപയോഗിക്കപ്പെട്ട് വിഷം ചേർന്ന വാക്കുകൾ. രാഷ്ട്രീയപാർട്ടികൾ വിഴുങ്ങി വിസർജിച്ച വാക്കുകൾ. മാധ്യമങ്ങളുടെ പാപഭാരം പേറുന്ന വാക്കുകൾ. പാരമ്പര്യവാദങ്ങളുടേയും യാഥാസ്ഥിതികത്വത്തിന്റേയും ദുർഗന്ധം വമിക്കുന്ന വാക്കുകൾ. ഞാൻ കുറച്ച് ഉദാഹരണങ്ങൾ പറഞ്ഞുവെന്നേയുള്ളൂ. ഓരോ വാക്കിനും ഓരോ ചരിത്രമുണ്ട്. ഹിറ്റ്ലറുടെയോ പോൾപോട്ടിന്റേയോ വാക്കുകൾ പുനഃപരിശോധിക്കാതെ നമ്മുടേതാക്കിയാൽ എന്തു സംഭവിക്കും? അതു ചെയ്യുന്ന എഴുത്തുകാരൻ അവനെ വിശ്വസിക്കാവുന്ന വായനക്കാരനെ ഒരു ചതിക്കുഴിയിലേക്ക് നയിക്കും. വാക്കുകളെ സ്വീകരിക്കലാണ് എഴുത്തിന്റെ രസതന്ത്രത്തിന്റെ മറ്റൊരു ഘട്ടം. ഇത് തിരസ്കരിക്കലിനേക്കാൾ ബുദ്ധിമുട്ടാണ്. കാരണം നാം സ്വീകരിക്കുന്ന ഓരോ വാക്കിനെപ്പറ്റിയും നമുക്ക് ഉത്തരവാദിത്വമുണ്ടാവണം.

കാരണം, ആ വാക്കുകൾ നമ്മിൽ വിശ്വാസമർപ്പിച്ചിരിക്കുന്ന വായനക്കാരന്റെ മുമ്പിലേക്ക് പോവുകയാണ്. നാം സ്വീകരിക്കുന്ന വാക്കുകൾ വായനക്കാരന്റെ സംസ്കാരത്തേയും സൗന്ദര്യബോധത്തേയും ഭാഷയേയും മനുഷ്യത്വത്തേയും പുഷ്ടിപ്പെടുത്തണം. നാം സ്വീകരിക്കുന്ന വാക്കുകളുടെ ഉപയോഗത്തിലൂടെ ഭാഷ ഒരു പടികൂടി മുന്നോട്ടു പോണം. അവ സാഹിത്യത്തെ ശക്തിപ്പെടുത്തിയാൽ മാത്രം പോര. വിശാലമായ ഒരർഥത്തിൽ സമൂഹത്തേയും സംസ്കാരത്തേയും ശക്തിപ്പെടുത്തണം. ജനാധിപത്യത്തേയും മതേതരത്വത്തേയും മാനവികതയേയും ശക്തിപ്പെടുത്തണം. വാക്കുകളുടെ നവീകരണം എഴുത്തിന്റെ രസതന്ത്രത്തിന്റെ മൂന്നാംതലമാണ്.

ഉദാഹരണമായി,

-ഭക്തി മലിനീകരിച്ച വാക്ക്.

-വർഗീയത മലിനീകരിച്ച വാക്ക്.

-രാഷ്ട്രീയപ്പാർട്ടികൾ മലിനീകരിച്ച വാക്ക്.

-പത്രപ്രവർത്തനം മലിനീകരിച്ച വാക്ക്.

ആ നിർഭാഗ്യവതിയായ വാക്കിനെ, മതവും രാഷ്ട്രീയവും വർഗീയതയും ബലാത്സംഗം ചെയ്തിരിക്കുന്ന നിർഭാഗ്യവതിയെ, നമ്മുടെ എഴുത്തിന്റെ പരിസരത്തിൽ പുതിയൊരു ഭാവുകതയുടേയും അർഥവിന്യാസത്തിന്റേയും ഇരിപ്പിടത്തിൽ സ്ഥാപിക്കുമ്പോൾ -പൊസിഷൻ ചെയ്യുക എന്നു പറയാം - അതിനെ നവീകരിക്കാൻ പറ്റും.

ഞാനിപ്പോൾ പറഞ്ഞത് വാക്കുകളുടെ രസതന്ത്രത്തിന്റെ കാര്യം മാത്രമാണ്. ഈ രസതന്ത്രത്തിനു പിന്നിൽ ഒരു ജീവിയുണ്ട്. ഒരു മനുഷ്യജീവി. എഴുത്തുകാരി അഥവാ എഴുത്തുകാരൻ. അയാളുടെ അഥവാ അവളുടെ കാര്യംകൂടി പറയേണ്ടതുണ്ട്. എഴുത്തുകാരിക്ക് അഥവാ എഴുത്തുകാരന് തന്റെ എഴുത്തിലൂടെ ഭാഷയെ പുതുക്കാൻ കഴിയണമെങ്കിൽ അയാൾ അഥവാ അവൾ സ്വയം പുതുക്കിക്കൊണ്ടേയിരിക്കണം.

നമ്മെത്തന്നെ പുതുക്കുമ്പോൾ നമ്മുടെ എഴുത്തും സ്വയം പുതുക്കപ്പെടും. എനിക്കു തോന്നുന്നത് എഴുത്തുകാരൻ തന്നെപ്പറ്റി വളരെ ശ്രദ്ധാലുവായിരിക്കണം എന്നാണ്. താൻ ഉപയോഗിക്കുന്ന ഓരോ വാക്കിനെപ്പറ്റിയും ആ വാക്കിലൂടെ പ്രത്യക്ഷപ്പെടുത്തുന്ന ഓരോ ആശയത്തെപ്പറ്റിയും പറയുമ്പോഴും എഴുതുമ്പോഴും ശ്രദ്ധാലുവായിരിക്കണം. കാരണം, സാധുവായ, നമ്മെ വിശ്വസിക്കുന്ന, വായനക്കാരനോട് നമുക്ക് ധാർമിക ഉത്തരവാദിത്വമുണ്ട്. 'ധാർമിക' എന്നത് ദുരുപയോഗപ്പെടുത്തിയ വാക്കാണ്. മതങ്ങളും സദാചാരങ്ങളും ഒക്കെച്ചേർന്ന് മലിനീകരിച്ച വാക്ക്. ഞാനതിനെ മനഃപൂർവം ഉപയോഗിക്കുകയാണ്. എഴുത്തുകാരന്റെ ധർമം പാരമ്പര്യത്തിൽനിന്ന് വേർപെടുത്തിയ ധർമമാണ്. ആ അർഥത്തിലാണ് ഞാനതിനെ ഉപയോഗിക്കുന്നത്. എഴുത്തിൽ വിശ്വാസമർപ്പിച്ചിരിക്കുന്ന

വായനക്കാരുടെ മുമ്പിൽ എഴുത്തുകാരി അഥവാ എഴുത്തുകാരൻ എന്ന മനുഷ്യജീവിയുടെ മനസ്സിന്റെ രസതന്ത്രം പ്രധാനപ്പെട്ട ഒന്നാണ്. അവനവനെ വഞ്ചിക്കാൻ പാടില്ല. അവൻ, താൻ ജീവിക്കുന്ന ലോകത്തെപ്പറ്റി അജ്ഞനാകാൻ പാടില്ല. അവൻ ജനാധിപത്യത്തെ എന്തു വിലയും കൊടുത്ത് ഉയർത്തിപ്പിടിക്കണം. അവൻ എല്ലാ പ്രതിലോമ ശക്തികളിൽ നിന്നും സ്വതന്ത്രനായിരിക്കണം. വായനക്കാരോടുള്ള ഉത്തരവാദിത്വം തിരിച്ചറിയുന്ന ഒരെഴുത്തുകാരന് വർഗീയവാദിയാകാൻ കഴിയുമോ? അല്ലെങ്കിൽ വർഗീയതയെ തന്റെ വാക്കും പ്രവൃത്തിയുംകൊണ്ട് സാധൂകരിക്കാൻ കഴിയുമോ?

-മതമൗലികവാദിയാകാൻ കഴിയുമോ?

-ജാതിഭ്രാന്തനാകാൻ കഴിയുമോ?

-ഒരു രാഷ്ട്രീയപ്പാർട്ടിയുടെ ഭൃത്യനാകാൻ കഴിയുമോ?

-പുരുഷമേധാവിത്വം വെച്ചുപുലർത്താൻ കഴിയുമോ?

-മാധ്യമങ്ങളുടെ അനീതികളെ കണ്ടില്ലെന്നു നടിക്കാൻ കഴിയുമോ?

-മതേതരത്വത്തെ പുച്ഛിക്കാൻ കഴിയുമോ?

എനിക്കറിഞ്ഞുകൂട. എഴുത്തിന്റെ രസതന്ത്രങ്ങൾ ആയിരവും പതിനായിരവുമാണ്. വെറുപ്പിന്റേയും വിദ്വേഷത്തിന്റേയും കളവിന്റേയും പകയുടേയും ആർത്തിയുടേയും രസതന്ത്രങ്ങളുടെ സ്ഥാനത്ത് മനുഷ്യ സ്നേഹത്തിന്റെ രസതന്ത്രങ്ങൾ പ്രകാശം പരത്തുമ്പോൾ ഭാഷ ആരും ചായംപൂശാതെ ശ്രേഷ്ഠമാകുന്നത് കാണാം.

2012, ഒക്ടോബർ 30-31ന് സാഹിത്യ അക്കാദമി സംഘടിപ്പിച്ച വിശ്വമലയാള മഹോത്സവത്തോടനുബന്ധിച്ച് തിരുവനന്തപുരത്ത് ചെയ്ത പ്രഭാഷണം

ആധാരശില

കേരളം കണ്ടിട്ടുള്ള എല്ലാ മഹാന്മാരായ പത്രാധിപന്മാരെയുംപോലെ എം.ടിയും തന്റെ പത്രാധിപത്യത്തിലൂടെ ആവിഷ്കരിച്ചത് മാറ്റത്തിന്റെയും ആധുനികതയുടെയും ചലനാത്മകതയെയായിരുന്നു. കണ്ടത്തിൽ വർഗീസ്മാപ്പിള ഇരുപതാംനൂറ്റാണ്ടിന്റെ ആരംഭദശകളിൽ മലയാള സാഹിത്യത്തിന് ജനകീയവും ബഹുമുഖവുമായ ഒരു ഇടമുണ്ടാക്കി ത്തീർത്തു. സ്വദേശാഭിമാനി രാമകൃഷ്ണപിള്ള ജനാധിപത്യത്തിന്റെ സ്വരം പത്രപ്രവർത്തനത്തിലേക്കെത്തിച്ചു. കേസരി ബാലകൃഷ്ണപിള്ള വിശ്വ സാഹിത്യാനുഭവങ്ങളുമായി ഒരു യുവതലമുറയെ ഇണക്കിക്കൊണ്ട് സാഹിത്യത്തെ നവീനതയിലേക്ക് നയിച്ചു. എം.ടിയുടെ, എൻ.വി ക്കൊപ്പവും അല്ലാതെയുമുള്ള പത്രാധിപത്യം മലയാള സാഹിത്യത്തിൽ കേസരിക്കുശേഷമുണ്ടായ ഏറ്റവും പ്രധാനപ്പെട്ട വഴിത്തിരിവായിരുന്നു.

എഴുത്തുകാരനായ എം.ടി. പത്രാധിപരെന്ന നിലയിൽ മലയാള ത്തിന്റെ ആധുനികതാകാലഘട്ടത്തിന്റെ തലതൊട്ടപ്പനായിത്തീർന്നു. പുരോഗമന സാഹിത്യത്തിന്റെ സാമൂഹിക പരിവർത്തനപരവും രാഷ്ട്രീയാദർശപരവുമായ ലക്ഷ്യങ്ങൾക്കപ്പുറത്ത്, ആത്മാന്വേഷണ തൽപരവും പരീക്ഷണാത്മകവുമായ ഒരു ആധുനികതയ്ക്ക് എം.ടി വാതിൽ തുറന്നിട്ടു. ഒരുപക്ഷേ, അതിന്റെ വിത്തുകൾ 'നാലുകെട്ടി'ലും 'അസുരവിത്തി'ലും പ്രത്യക്ഷപ്പെട്ടുകഴിഞ്ഞിരുന്നു. എന്നാൽ, എം.ടി എന്ന പത്രാധിപർ ഇരുകൈയും നീട്ടി സ്വാഗതം ചെയ്തത് അവയ്ക്കപ്പുറ ത്തുള്ള ഒരു തലത്തിൽ നിലയുറപ്പിച്ച, ഘടനാത്മകമായും ശില്പാത്മക മായും അവയിൽനിന്ന് വേർപിരിഞ്ഞ ഒരു ആധുനികതയെയായിരുന്നു. എം.ടിക്കുതന്നെ സുപരിചിതമായ ആഗോളമായ സാഹിത്യാവബോധ ത്തിന്റേയും ചരിത്രാവബോധത്തിന്റേയും ഉത്പന്നമായ ഒരു മാനസികാ വസ്ഥയെയാണ് അത് പ്രതിനിധാനം ചെയ്തത്. രാഷ്ട്രീയ സ്വാതന്ത്ര്യവും ജനാധിപത്യവും സാമൂഹിക പരിഷ്കരണവും പുതിയൊരു ലോകത്തേക്ക് തുറന്നുവിട്ട മലയാളിയുടെ അക്ഷമവും നവീനവുമായ മാനസിക ചക്രവാളത്തെയാണ് അത് അഭിസംബോധന ചെയ്തത്. 20–ാം നൂറ്റാണ്ടിന്റെ മധ്യഘട്ടങ്ങളിലെ മാതൃഭൂമി ആഴ്ചപ്പതിപ്പിന്റെ പത്രാധിപസമിതിയിലി രുന്നുകൊണ്ട് എം.ടി. കൈയാളിയത് ഭീമമായ ഒരു സാംസ്കാരിക

ഉത്തരവാദിത്വമായിരുന്നു. അതിനെയദ്ദേഹം സമചിത്തനായ കലാപകാരിയുടെ ഹൃദയത്തോടെയും അടിയുറച്ച മനുഷ്യസ്നേഹിയുടെ ദൃഢനിശ്ചയത്തോടെയും ഒത്തുതീർപ്പുകളില്ലാത്ത മതേതരത്വത്തിന്റെ പരിശുദ്ധിയോടെയും പുതുമയുടെ ശബ്ദങ്ങളിൽ ലഹരിപിടിച്ചുകൊണ്ടും നിർവഹിച്ചു. എം.ടിയുടെ ഏറ്റവും ഫലവത്തായ കലാപം അദ്ദേഹം നിർമിച്ച ആധുനികതയുടെ കലാപമായിരുന്നു. അതൊരു അത്യസാധാരണവും സ്വപ്നാത്മകവുമായ കാലഘട്ടമായിരുന്നു. ബഷീറിന്റെ ഏറ്റവും മനോഹരങ്ങളായ കൃതികളിൽ ('പാത്തുമ്മയുടെ ആട്', 'ന്റുപ്പൂപ്പയ്ക്കൊരാനേണ്ടാർന്ന്', 'സ്ഥലത്തെ പ്രധാന ദിവ്യൻ' പരമ്പര, 'പ്രേമലേഖനം' തുടങ്ങിയവ) ആദ്യത്തെ ആധുനികത പാരമ്പര്യത്തിന്റെ അപനിർമാതാവായി പ്രവർത്തിച്ച മാനവികമായ നർമത്തിന്റെ പ്രസന്നവദനവുമായി പ്രത്യക്ഷപ്പെട്ടുകഴിഞ്ഞിരുന്നു. ആരുമതിനെ ആ പേര് വിളിച്ചില്ലെങ്കിലും. (അത്തരമൊരു അപനിർമാണം പത്രപംക്തിയുടെ മണ്ഡലത്തിലൂടെ സഞ്ജയനും നടത്തിക്കഴിഞ്ഞിരുന്നു. കുഞ്ചൻനമ്പ്യാർ എന്ന അതുല്യനായ അത്യന്താധുനികനിലേക്ക് നാം ഇവിടെ പ്രവേശിക്കേണ്ടതില്ല.) ബഷീറിന്റെ കാലം നിലനിൽക്കെത്തന്നെയാണ് മാധവിക്കുട്ടി എന്ന ഒറ്റയാൾപ്പട്ടാളം തന്റെ മനുഷ്യാവസ്ഥാന്വേഷണത്തെ നാഗരികമായ അന്യവത്കരണത്തിന്റെ മോഹനമായ അകൽച്ചയോടെ അവതരിപ്പിച്ചത്. ഇതേസമയത്തുതന്നെ ഉറൂബിന്റെ നാടൻ മനുഷ്യരുടെ മാന്ത്രികലോകങ്ങളും അതുവരെ മലയാളികൾ അനുഭവിക്കാത്ത അനുഭൂതികളിലൂടെ ആധുനികതയുടെ പ്രകാശം പരത്തി. ആധുനികതയുടെ തിരിച്ചറിയപ്പെടാതെപോയ മഹത്തായ ചുവടുവെപ്പുകളിലൊന്നായിരുന്നു അത്. 'ഏണിപ്പടികളും' 'അനുഭവങ്ങൾ പാളിച്ചകളു'മായി തകഴി പുതിയ കാലത്തെ നേരിട്ടു. ആ യഥാർഥ്യത്തിന്റെ മറ്റൊരു മുഖത്തെ 'ദേശത്തിന്റെ കഥ'യുമായി പൊറ്റെക്കാട്ട് അഭിസംബോധന ചെയ്തു. അപ്പോൾ ആനന്ദിന്റെ 'ആൾക്കൂട്ട'ത്തിന്റെ കൈയെഴുത്തുപ്രതിയുമായി എം. ഗോവിന്ദൻ പ്രസാധകനെ തേടി അലയുകയാണ്. ആധുനികത തുറന്നിട്ട പാതയിലേക്ക് ഞെട്ടിപ്പിക്കുന്ന രീതിയിൽ വ്യത്യസ്തരായ കഥാകാരന്മാരുടെ ഒരു തേരോട്ടമുണ്ടായി. എം.പി. നാരായണപിള്ള, കാക്കനാടൻ, വിജയൻ, മുകുന്ദൻ, കുഞ്ഞബ്ദുള്ള, സേതു, പട്ടത്തുവിള, വി.കെ.എൻ എന്നിങ്ങനെയും മറ്റൊരു പാതയിൽ രാജലക്ഷ്മി, സി. രാധാകൃഷ്ണൻ, ഐ.കെ.കെ.എം., ജയദേവൻ, ജെ.കെ.വി തുടങ്ങിയവരും പ്രത്യക്ഷപ്പെട്ടു. ടി.ആർ, സി.വി. ശ്രീരാമൻ, സി.വി.ബാലകൃഷ്ണൻ, എൻ.എസ്. മാധവൻ, എൻ.പ്രഭാകരൻ, യു.പി.ജയരാജ്, വിക്ടർ ലീനസ്, എസ്.വി.വേണുഗോപൻനായർ, മുണ്ടൂർ കൃഷ്ണൻകുട്ടി തുടങ്ങിയവരുടെ കാൽവെപ്പുകൾ. കെ. സുരേന്ദ്രനും ഇ.എം.കോവൂരും പാറപ്പുറത്തും സൃഷ്ടിച്ച മനുഷ്യലോകങ്ങൾ പരീക്ഷണപരതയെ ആശ്ലേഷിച്ചില്ലെങ്കിലും ആധുനികതയെതന്നെയാണ് അന്വേഷിച്ചത്. അവരിലുംകൂടിയാണ് ആധുനികത അതിന്റെ മലയാളത്തിലെ ജന്മം കൈവരിച്ചത്. മേതിലിന്റെ കാൽപ്പെരുമാറ്റങ്ങൾ, എം. സുകുമാരന്റെ നഷ്ടപ്പെട്ട ലോകങ്ങൾ, വി.പി. ശിവകുമാറിന്റെ

കറുത്ത ചിരിയുടെ ഇടിമുഴക്കം, കോവിലൻ ആധുനികതയിലേക്ക് എഴുതിച്ചേർത്ത അധഃസ്ഥിതന്റെ ഹൃദയം, ദേവന്റേയും എ.എസ്സിന്റേയും നിസ്തുലങ്ങളായ വരകൾ, നമ്പൂതിരിയുടെ പുനർനിർവചനങ്ങൾ, അരവിന്ദന്റെ അനശ്വരരായ ചെറിയ മനുഷ്യരും അവരുടെ വലിയ ലോകവും, കെ.പി. അപ്പന്റേയും വി.രാജകൃഷ്ണന്റെയും ആഗമനം, നരേന്ദ്രപ്രസാദിന്റെ തിരനോട്ടങ്ങൾ, സാറാ ജോസഫിന്റെ സ്ത്രീത്വ സംവേദനങ്ങൾ, നിർമൽകുമാറിന്റെ അപനിർമാണങ്ങൾ... ഒരു വൻ പടപ്പുറപ്പാടുതന്നെയായിരുന്നു ആ കാലം. ഇത്തരമൊരു പ്രതിഭാ കോളിളക്കത്തെയാണ് എം.ടി. എന്ന കാന്തം തന്നിലേക്ക് ആകർഷിച്ചത് - അല്ലെങ്കിലതിന് വാതിൽ തുറന്നുപിടിച്ചത്.

എം.ടി. എന്ന പത്രാധിപർ, എല്ലാ കരുത്തന്മാരായ പത്രാധിപന്മാരെയും പോലെ, നിശ്ശബ്ദനായ ആശയപ്രചാരകനായിരുന്നു. അദ്ദേഹം ആധുനികതയെ വിവരിക്കാനോ ന്യായീകരിക്കാനോ തുനിഞ്ഞില്ല. തന്റെ പ്രസിദ്ധീകരണത്തിൽ പ്രത്യക്ഷപ്പെട്ട കൃതികളിലൂടെയാണ് അദ്ദേഹം ആധുനികതയെ അങ്ങനെയൊരു പേര് വിളിക്കാതെതന്നെ, മലയാളികൾക്ക് അനുഭവവേദ്യമാക്കിയത്. ആധുനികതയുടെ ശക്തികളെയും ദൗർബല്യങ്ങളെയും ഒരുപോലെ അദ്ദേഹം മനസ്സിലാക്കുകയും സ്വീകരിക്കുകയും ചെയ്തു. ആ പ്രക്രിയയിൽ, എം.ടി. എന്ന യുവ സാഹിത്യകാരനുംകൂടിയായ പത്രാധിപർ, തനിക്കുതന്നെ വെല്ലുവിളി ഉയർത്തിയേക്കാവുന്ന രചനകളെക്കൂടി ഹൃദയപൂർവം ആശ്ലേഷിച്ചു. ഒരു വശത്ത് തന്നെപ്പറ്റിത്തന്നെയുള്ള ആത്മവിശ്വാസവും മറുവശത്ത് അസാമാന്യമായ ഒരു ഹൃദയവിശാലതയുമായിരുന്നു അത്. പത്രാധിപരും മനുഷ്യനാണ്. അയാൾക്കും സ്വന്തം ഇഷ്ടാനിഷ്ടങ്ങൾ ധാരാളം ഉണ്ട്. പക്ഷേ, അവയ്ക്കപ്പുറത്തുള്ള ഒരു വ്യക്തതയാണ് അവയെ അതിജീവിക്കാൻ പത്രാധിപരെ കെല്പുള്ളവനാക്കുന്നത്. ആ വ്യക്തതയായിരുന്നു എം.ടിയുടെ ശക്തി.

ആ വ്യക്തതയുടെ ഭാഗമായിരുന്നു പുതിയ എഴുത്തുകാരെ തിരിച്ചറിയാനും സധൈര്യം കൈപിടിച്ചുയർത്താനുമുള്ള എം.ടിയുടെ ത്രാണി. ഈ ലേഖകനെപ്പോലെയുള്ള ഇന്നത്തെ എത്രയോ മുതിർന്ന എഴുത്തുകാർ, ആ ത്രാണിയുടെ ഉത്പന്നങ്ങളാണ്.

പിന്തിരിഞ്ഞുനോക്കുമ്പോൾ, രാഷ്ട്രീയം ഒരിക്കലും എം.ടി. എന്ന പത്രാധിപരുടെ തട്ടകമായിരുന്നില്ല എന്നെനിക്ക് മനസ്സിലാകുന്നു.

എം.ടി. അവലംബിക്കാത്ത രാഷ്ട്രീയ നിലപാടുകളെപ്പറ്റി ചിലപ്പോൾ അക്ഷമനാകുമ്പോൾതന്നെ ഞാൻ ഈ വസ്തുത തിരിച്ചറിയാറുമുണ്ട്. രാഷ്ട്രീയം എം.ടി. എന്ന എഴുത്തുകാരനും പത്രാധിപർക്കും ഒരു ആകർഷണീയ വിഷയമായിരുന്നില്ല. അതിനെ ഒരു ചർച്ചാവിഷയമാക്കാനോ തന്റെ അടയാളങ്ങളിൽ ഒന്നാക്കാനോ എം.ടി ആഗ്രഹിച്ചില്ല എന്നാണ് ഞാൻ മനസ്സിലാക്കുന്നത്. ഇത് ഒരുപക്ഷേ, ശക്തിയായിരിക്കാം, ഒരുപക്ഷേ, ബലഹീനതയായിരിക്കാം. എം.ടി. ഏറ്റെടുത്ത ആധുനികതാദൗത്യത്തെ രാഷ്ട്രീയത്തിന്റെ അഭാവം ഒരുവിധത്തിലും ദുർബലപ്പെടുത്തിയില്ല

എന്നതാണ് വാസ്തവം. ഒരുപക്ഷേ, ആ കാലഘട്ടത്തിലെ സാഹിത്യത്തിന്റെ ആവശ്യം രാഷ്ട്രീയമായിരുന്നില്ല. നവീനതയും പരീക്ഷണാത്മകതയുമായിരുന്നു എന്ന് നാം കണ്ടെത്തുന്നു.

ഏറ്റവും അജ്ഞാതരായ അല്ലെങ്കിൽ അപ്രശസ്തരായ അല്ലെങ്കിൽ 'ചെറിയ' എഴുത്തുകാരെപോലും ശ്രദ്ധേയരാക്കിത്തീർക്കുന്ന ഒരു 'സാന്നിധ്യം' എം.ടി. എന്ന പത്രാധിപർക്കുണ്ടായിരുന്നു. അത് എം.ടിയുടെ വിശ്വാസ്യതയുടെ (credibility) സാന്നിധ്യമായിരുന്നു. പത്രാധിപരുടെ വിശ്വാസ്യത, അദ്ദേഹത്തെ സംബന്ധിച്ച് വായനക്കാർക്കുള്ള ഉറപ്പുകൾ, മഹത്തായ പത്രാധിപത്യത്തിന്റെ ആണിക്കല്ലാണ്. ഇന്ന് ആ ആണിക്കല്ല് പത്രപ്രവർത്തനരംഗത്ത് ഇളകിയാടുന്നതോ അപ്രത്യക്ഷമാകുക തന്നെയോ ചെയ്യുന്നതായി കാണപ്പെടുന്നു.

വ്യക്തിപരമായ നിലയിലും ഏറ്റവും നിസ്സാരനായ എഴുത്തുകാരനെപ്പോലും എം.ടി. എന്ന പത്രാധിപർ ഗൗരവമായി എടുത്തു; ഒപ്പമിരുത്തി. 1968ലോ '69ലോ ആണെന്നു തോന്നുന്നു ജോൺ എബ്രഹാം എന്നെ എം.ടിയെ കാണാൻ കൊണ്ടുപോകുന്നത്. 1964-ൽ എന്നെ എഴുത്തുകാരനാക്കിയ വ്യക്തിയെ ആദ്യമായി കാണാൻ പോകുകയാണ്. മാതൃഭൂമി ഓഫീസിൽ ഉച്ചസമയത്താണ് എത്തിയത്. ഞങ്ങൾ കുശലപ്രശ്നങ്ങൾ നടത്തി. ഉച്ചഭക്ഷണത്തിന് സമയമായി. നിർധനരായ ജോണിന്റേയും എന്റേയും സ്ഥാപിതതാത്പര്യങ്ങൾ ഗണിച്ചെടുത്ത എം.ടി. പോക്കറ്റിൽ തപ്പി. പൈസയില്ല. സഹപ്രവർത്തകനോട് പൈസ കടംവാങ്ങി ഞങ്ങളെയുംകൊണ്ട് അടുത്തുള്ള ബാറിലേക്ക് നടന്നു.

ആഴ്ചപ്പതിപ്പിന്റെ പത്രാധിപത്യം മുറിഞ്ഞതിനുശേഷം അതിൽ മടങ്ങിയെത്തിയ എം.ടിയുടെ പ്രവർത്തനകാലത്തിന്റെ അന്ത്യഘട്ടങ്ങളിൽ ആഴ്ചപ്പതിപ്പ് നിർജീവമായി എന്നത് വാസ്തവമാണ്. പക്ഷേ, അത് കേരള സംസ്കാരത്തെ ആകമാനം ഗ്രസിച്ച മറ്റൊരു പ്രതിഭാസത്തിന്റെ കൂടി പ്രതിഫലനമായിരുന്നു. കാരണം, അപ്പോഴേക്കും നവോത്ഥാനം തന്നെ നിർജീവമായി കഴിഞ്ഞിരുന്നു. രാഷ്ട്രീയ-മത-ജാതി-മാധ്യമ ശക്തികൾ ചേർന്ന് നവോത്ഥാനത്തെ നിലംപരിശാക്കിക്കഴിഞ്ഞിരുന്നു. എം.ടി. എന്ന യുവാവ് സ്വപ്നം കണ്ട നവലോകം ഭസ്മമായിക്കഴിഞ്ഞിരുന്നു. ഒരിക്കൽ എം.ടിയെ കോരിത്തരിപ്പിച്ച വെല്ലുവിളികളും അപ്രത്യക്ഷമായിക്കഴിഞ്ഞിരുന്നു.

പക്ഷേ, ആ പരിണാമം എം.ടി. എന്ന മഹാനായ പത്രാധിപരുടെ ആധാരശിലാസ്ഥാനത്തെ ബാധിക്കുന്നില്ല. മാറ്റം ആഗ്രഹിക്കുകയും ആവശ്യപ്പെടുകയും ചെയ്ത ഒരു കാലത്തിന്റെ സത്തയെ എം.ടി. ഉൾക്കൊണ്ടു. തന്റെ ഊർജസ്വലവും പ്രതിബദ്ധതാപൂർണവുമായ പത്രാധിപത്യത്തിലൂടെ അതിനെ ആവിഷ്കരിച്ചു.

ആ ശക്തിയിലൂടെയാണ് എം.ടി. വിപ്ലവകാരിയായ പത്രാധിപരായി മാറുന്നത്.

മാധ്യമം ആഴ്ചപ്പതിപ്പ് 2012 നവംബർ 5

ഒ.വി. വിജയന്
ഒരടിക്കുറിപ്പ്

ആധുനിക മലയാള സാഹിത്യത്തിന്റെ സുന്ദരഭവനം പണിതുയർത്തിയ ശില്പികളിലെ ഏറ്റവും അസാധാരണരിൽ ഒരാളായിരുന്നു വിജയൻ. മലയാളം വിജയന്റെ ഭാവനയുടെ ഭാഷയായിരുന്നെങ്കിൽ, ഇംഗ്ലീഷ്, വിജയൻ എന്ന പത്രപ്രവർത്തകന്റെയും കാർട്ടൂണിസ്റ്റിന്റെയും ഭാഷയായിരുന്നു. രണ്ടു ഭാഷകളും ഒരുപോലെ വിജയന്റെ ചിന്തയുടെ ഉപകരണങ്ങളായിരുന്നു. ഇംഗ്ലീഷിൽ വിജയൻ ഒരു അഖിലേന്ത്യാ രാഷ്ട്രീയ നിരീക്ഷകനായി പ്രവർത്തിച്ചു. മലയാളത്തിൽ അദ്ദേഹം മലയാളികളുടെ ധർമസങ്കടങ്ങളെയും അവസ്ഥാവിശേഷങ്ങളെയും വിചിന്തനം ചെയ്തു.

മലയാളത്തിലെ വിജയന്റെ ഭാവനാപരവും ചിന്താപരവുമായ ഇടപെടലുകൾ അദ്ദേഹത്തെ 20-ാം നൂറ്റാണ്ടിലെ കേരളത്തിലെ ഏറ്റവും പ്രശസ്ത സാംസ്കാരിക വിഗ്രഹങ്ങളിലൊന്നായി രൂപാന്തരപ്പെടുത്തി. വായനക്കാരിൽനിന്ന് അത്യസാധാരണമായ ആരാധനയും വിമർശകരിൽനിന്ന് പലപ്പോഴും മുഖസ്തുതിയെ കവച്ചുവെയ്ക്കുന്ന പ്രശംസയും അദ്ദേഹത്തിന് ലഭിച്ചു.

ഇത്രയധികം അനുകർത്താക്കളുണ്ടായ മറ്റൊരു മലയാള എഴുത്തുകാരനോ എഴുത്തുകാരിയോ ഉണ്ടെന്ന് തോന്നുന്നില്ല. ഒരുപക്ഷേ, എം.ടി. വാസുദേവൻ നായർ മാത്രമായിരിക്കും അനുകർത്താക്കളുടെ കാര്യത്തിൽ വിജയന് ഒപ്പംനില്ക്കുന്നത്. വിജയന്റെ കാര്യത്തിലെ രസകരമായ പ്രത്യേകത, അദ്ദേഹത്തിന്റെ വിമർശകരുടെയും നിരൂപകരുടെയും ഒരു നല്ല പങ്കും അദ്ദേഹത്തിന്റെ ഭാഷാശൈലിയുടെ അനുകർത്താക്കളായിരുന്നു എന്നതാണ്. വിജയനെ പുകഴ്ത്താനും ഇകഴ്ത്താനും അവർ ഉപയോഗിച്ചത് വിജയന്റെ ഭാഷയുടെ കണ്ണാടിപ്രതിച്ഛായകളായിരുന്നു.

ഒരെഴുത്തുകാരനെ സംബന്ധിച്ചിടത്തോളം ശ്വാസംമുട്ടൽ തോന്നുന്ന ഒരു അവസ്ഥ. എവിടെ നോക്കിയാലും സ്വന്തം ഭൂതത്തെ കാണുന്ന ഒരു സ്ഥിതിഗതി. മറുവശത്ത്, വിജയന്റെ ഭാഷാമാധുര്യം മാധ്യമങ്ങളെ അതിലേക്ക് ഒരു തേൻകുടത്തിലേക്കെന്നപോലെ ആകർഷിച്ചു.

മാധ്യമങ്ങൾ വിജയന്റെ ഭാഷയെ അവരുടെ കാപട്യങ്ങളുടെ

ഭാഗമാക്കി മാറ്റി. വിജയന്റെ രത്നക്കല്ലുപോലെ മാസ്മരികങ്ങളായ വാക്കുകളെ അവർ മുക്കുപണ്ടങ്ങളാക്കിത്തീർത്തു.

മഹാനായ ഒരെഴുത്തുകാരന്റെ പ്രതിഭയ്ക്ക് നേരിടേണ്ടിവരുന്ന ഏറ്റവും വലിയ ഭീഷണികളിലൊന്നാണ് മാധ്യമങ്ങളുടെ അനുകരണാധിഷ്ഠിതമായ മുഖസ്തുതി. നരഭോജി സ്വഭാവമുള്ള അവരുടെ കൈയേറ്റത്തിലൂടെ എഴുത്തുകാരന്റെ മാന്ത്രികലോകം നിർദയമായ ഒരു മലിനീകരണത്തിന് ഇരയാകുന്നു. ആരാധനയോടൊപ്പം അതുപോലെതന്നെ ശക്തമായ എതിർപ്പും വിജയൻ നേരിട്ടു. എതിർപ്പ് എല്ലാ എഴുത്തുകാരും നേരിടുന്ന ഒരു പ്രതിഭാസമല്ല. കേരളത്തിൽ പ്രത്യേകിച്ച് എതിർപ്പ് നേരിടുന്ന എഴുത്തുകാർ ചുരുക്കമാണ്. ഏകപക്ഷീയമായ പ്രശംസയാണ് പ്രശസ്തരായ ഭൂരിപക്ഷം എഴുത്തുകാരും നേരിടുന്നത്.

മലയാളികൾ സാഹിത്യത്തോട് പ്രദർശിപ്പിക്കുന്ന അതിശയകരമായ മഹാമനസ്കതയാണ് അതിനുപിന്നിൽ എന്നു വേണം കരുതാൻ. കേരളത്തിൽ എഴുത്തുകാർ എതിർപ്പ് നേരിടുന്നത് അവർ സാഹിത്യേതരമായ മേഖലകളിലേക്ക് തങ്ങളുടെ നിരീക്ഷണം വ്യാപിപ്പിക്കുമ്പോഴാണ്. ഉദാഹരണമായി, രാഷ്ട്രീയത്തെ സ്പർശിക്കുമ്പോൾ അല്ലെങ്കിൽ മതത്തെ സ്പർശിക്കുമ്പോൾ അല്ലെങ്കിൽ മാധ്യമ കാപട്യങ്ങളെ സ്പർശിക്കുമ്പോൾ അല്ലെങ്കിൽ യാഥാസ്ഥിതികത്വത്തെ സ്പർശിക്കുമ്പോൾ അല്ലെങ്കിൽ ആൾദൈവസാമ്രാജ്യത്വങ്ങളെ സ്പർശിക്കുമ്പോൾ. ഈ അവസ്ഥാവിശേഷത്തെ പല എഴുത്തുകാരും മറികടക്കുന്നത് ഒരു ഒറ്റ മൂലിയിലൂടെയാണ്. മൗനം. സുരക്ഷിതവും സുഭദ്രവുമായ മൗനം.

സാഹിത്യത്തിൽ മാത്രം ശ്രദ്ധ പതിപ്പിക്കുക. അത്തരക്കാർ അഥവാ സാഹിത്യം വിട്ട് മറ്റൊരു മേഖലയിലേക്ക് കടന്നാൽ അത് യാഥാസ്ഥിതികത്വത്തിന്റേയും പാരമ്പര്യവാദത്തിന്റേയും പക്ഷത്തായിരിക്കുമെന്നതാണ് പതിവ്. അത് സൗകര്യവുമാണ്. കാരണം, യാഥാസ്ഥിതികത്വവും പാരമ്പര്യവാദവും വർഗീയതയും കേരളത്തിൽ അണിയുന്നിടത്തോളം മുഖംമൂടികൾ ഇന്ത്യയിൽ മറ്റൊരു സമൂഹത്തിലും അണിയപ്പെടുന്നുണ്ടെന്ന് തോന്നുന്നില്ല. സുരക്ഷ തേടുന്ന എഴുത്തുകാരന് അവയിലൊന്നിന്റെ കുടക്കീഴിൽ കയറിനിൽക്കുകയേ വേണ്ടൂ.

വിജയൻ ഒരേസമയം സാഹിത്യത്തിലും സമൂഹത്തിലും ശ്രദ്ധ പതിപ്പിച്ച എഴുത്തുകാരനായിരുന്നു. ഇന്ത്യൻ രാഷ്ട്രീയത്തിലും കേരള രാഷ്ട്രീയത്തിലും കോളമിസ്റ്റായും കാർട്ടൂണിസ്റ്റായും ഇടപെട്ടു.

ഒരുപക്ഷേ, വിജയന്റെ ഏറ്റവും വ്യക്തിഗതമായ, ഹൃദയത്തെ തൊട്ടുള്ള, ഇടപെടൽ, കമ്യൂണിസ്റ്റ് പ്രസ്ഥാനവുമായി അദ്ദേഹം നടത്തിയ സംവാദമായിരുന്നു.

ഒരു കമ്യൂണിസ്റ്റുകാരനായി യുവത്വത്തിലേക്ക് പ്രവേശിച്ച വിജയൻ, കമ്യൂണിസം അധികാരമോഹത്തിന്റെ ഇരുമ്പുലക്കയായി മാറിയപ്പോൾ, സ്വതന്ത്രമായി ചിന്തിച്ചുപോന്ന മറ്റനവധി കലാകാരന്മാരെയും ബുദ്ധിജീവികളെയുംപോലെ, പാർട്ടിയോട് വിടപറഞ്ഞു.

കേരളത്തിലെ കമ്യൂണിസ്റ്റ് പാർട്ടിയുടെ ഭാഗ്യാന്വേഷണശൈലി മാത്ര മായിരുന്നില്ല വിജയനെപ്പോലെയുള്ള കമ്യൂണിസ്റ്റ്പക്ഷക്കാരെ മടുപ്പിച്ചത്. സോവിയറ്റ് യൂണിയൻ നടപ്പാക്കിയ സ്വേച്ഛാധിപത്യത്തിന്റെയും അധിനി വേശത്തിന്റെയും എതിർപക്ഷ സംഹാരത്തിന്റേയും അധികാര ശൈലിയും അവരുടെ ശുഭപ്രതീക്ഷകളെ തകർത്തു.

എഴുത്തുകാരൻ എന്ന നിലയിൽ വിജയൻ ഏറ്റവുമധികം എതിർപ്പ് സമ്പാദിച്ചത് കേരളത്തിലെ സി.പി.എമ്മിൽ നിന്നാണ്. ഒരു മുൻ കമ്യൂണിസ്റ്റു കാരന്റെ ആത്മസംഘർഷത്തോടെയും ഉൾക്കാഴ്ചകളോടെയും വിജയൻ കമ്യൂണിസ്റ്റ്പാർട്ടിയുമായി നടത്തിയ അഭിമുഖീകരണങ്ങൾ പാർട്ടിയെ പരിഭ്രമിപ്പിക്കാൻ പോന്നവയായിരുന്നു.

കേരളത്തിലെ സി.പി.എമ്മുമായി അഭിപ്രായവ്യത്യാസത്തിൽ ഏർപ്പെടുക എന്നത് - പ്രത്യേകിച്ച് പിന്താങ്ങുകളില്ലാത്ത വ്യക്തികളെ സംബന്ധിച്ചിടത്തോളം - അന്നും ഇന്നും ആപത്കരമായ ഒരു ചുവടു വെപ്പാണ്. കാരണം, ആശയത്തെ പേശീബലംകൊണ്ടും അപവാദപ്രചാ രണംകൊണ്ടും നേരിടാനാണ് അവർ സ്വയം പരിശീലിപ്പിച്ചിട്ടുള്ളത്. വിജയനെ സി.പി.എം. സി.ഐ.എ ഏജന്റ് എന്നുവരെ മുദ്രകുത്തി.

ഒരിക്കൽ, എം.ഗോവിന്ദനെപ്പോലും അവരങ്ങനെ മുദ്രകുത്തി എന്നോർക്കുമ്പോൾ അതിലദ്ഭുതമില്ല. സ്വേച്ഛാധിപത്യത്തോടും മനുഷ്യ ക്കുരുതികളോടുമുള്ള എതിർപ്പ് വിജയന്റെ രക്തത്തിൽ കലർന്നിരുന്ന ഒന്നാണ് എന്നു പറയാം. വിജയനെ 47 വർഷങ്ങൾക്കുമുമ്പ് പരിചയ പ്പെടുമ്പോൾ എന്റെ വായന സാഹിത്യത്തിൽ ഒതുങ്ങിനിന്നിരുന്നു. വിജയ നാണ് - എന്റെ സുഹൃത്ത് പ്രൊഫ.കെ.ജെ. എബ്രാഹവും - ചരിത്ര ത്തിലേക്ക്, പ്രത്യേകിച്ച് അധികാരത്തിന്റെയും അധികാരികളുടെയും ചരിത്രത്തിലേക്ക്, സ്വേച്ഛാധിപത്യത്തിന്റെ ചരിത്രത്തിലേക്ക് എന്നെ വഴി കാട്ടിയത്. ഇന്ത്യയിലെ രാഷ്ട്രീയാധികാരത്തിന്റെ സ്വാർഥതകളും പൊങ്ങച്ചങ്ങളും കൊലവെറികളും വിജയൻ എനിക്ക് ചൂണ്ടിക്കാണിച്ചു തന്നു. അധികാരത്തിന്റെ തേരോട്ടങ്ങൾ കണ്ട് നാം മയങ്ങി വീഴരുത് എന്നു പറഞ്ഞുതന്നു.

വിജയനിൽനിന്നാണ് ജനാധിപത്യം നാം ഒരു നിധിപോലെ കാത്തു സൂക്ഷിക്കേണ്ട ഒരു സ്വാതന്ത്ര്യമാണ് എന്ന പാഠം ഞാൻ മനസ്സിലാക്കി യത്. ഒരു മന്ത്രിയെയോ ജനപ്രതിനിധിയെയോ കണ്ടാൽ അടിമയെ പ്പോലെ താണുവണങ്ങുന്ന പൗരന്മാരുടെ മനഃശാസ്ത്രം വിജയൻ വിശദീ കരിക്കുമായിരുന്നു. ജനാധിപത്യത്തെ ഒരു മുഖംമൂടിയായി ഉപയോഗി ക്കുന്ന ഇന്ത്യൻ അധികാരവർഗം മാധ്യമസഹായത്തോടെ അധികാരതന്ത്ര ങ്ങളുപയോഗിച്ച് നമ്മെ മസ്തിഷ്കപ്രക്ഷാളനം ചെയ്ത് അവർ മേലാളരും നാം കീഴാളരുമാണ് എന്ന വിശ്വാസം നമ്മിൽ അടിച്ചേല്പിച്ചു.

അതുകൊണ്ടാണ്, പൗരന്മാരായ നമ്മൾ നാം തെരഞ്ഞെടുത്ത് നിയോഗിക്കുന്ന ഒരു ഉദ്യോഗസ്ഥൻ മാത്രമായ ഒരു ജനപ്രതിനിധിയെ,

ഒരു മന്ത്രിയെ കാണുമ്പോൾ താണുവണങ്ങുന്നത്; നാം നിയമിച്ച സേവകന്റെ മുന്നിൽ നാം വാലാട്ടുന്നത്; നാമാണ് പരമാധികാരി അയാളല്ല എന്ന് മറക്കുന്നത്. അധികാരത്തിന്റെ ജീർണതകളിലേക്ക് ഇത്രമാത്രം ആഴത്തിൽ ദർശനം നിർവഹിച്ച മറ്റൊരെഴുത്തുകാരൻ മലയാളത്തിലില്ല - ഒരുപക്ഷേ, ഇന്ത്യൻ ഭാഷകളിലുമില്ല. ജനാധിപത്യത്തെ ഒരുപറ്റമാളുകൾ എങ്ങനെ തട്ടിയെടുക്കുന്നുവെന്നും എങ്ങനെ ജനാധിപത്യം ജനങ്ങൾക്ക് ഭീഷണിയായി മാറുന്നുവെന്നും വിജയൻ തന്റെ നോവലുകളിലൂടെയും കാർട്ടൂണുകളിലൂടെയും പംക്തികളിലൂടെയും ഉറക്കെ പ്രസ്താവിച്ചു.

ആ തട്ടിയെടുപ്പിന്റെ ഉച്ചകോടിയാണ് സ്വേച്ഛാധിപത്യം എന്ന് ചൂണ്ടിക്കാണിച്ചു. ചിലപ്പോളത് അടിയന്തരാവസ്ഥയിലെന്നപോലെ നഗ്നമായ സ്വേച്ഛാധിപത്യമായി മാറുന്നു. ചിലപ്പോളത് ഇന്നത്തെപ്പോലെ ജനാധിപത്യത്തിന്റെ മറവിൽ അരങ്ങേറുന്ന രാഷ്ട്രീയപ്പാർട്ടി സ്വേച്ഛാധിപത്യമായി മാറുന്നു.

വിജയന്റെ സാഹിത്യജീവിതത്തെപ്പറ്റി ചിന്തിക്കുമ്പോൾ എന്നെ അദ്ഭുതപ്പെടുത്തുന്ന ഒരു വസ്തുതയുണ്ട്. വിജയൻ എന്ന നോവലിസ്റ്റിനെ ഹൃദയപൂർവം ആരാധിക്കുന്ന കേരളം വിജയൻ എന്ന ചിന്തകനെ പാർശ്വവത്കരിച്ചു. വിജയന്റെ നോവലുകളിലെ ആധ്യാത്മികതയുടെ രമണീയതയിൽ മുങ്ങിത്തുടിക്കുന്നവർ അദ്ദേഹത്തിന്റെ രാഷ്ട്രീയ ചിന്തയുടെ ആഴങ്ങളെ കണ്ടില്ല. അല്ലെങ്കിൽ കണ്ടില്ലെന്ന് നടിച്ചു. കണ്ടെങ്കിൽത്തന്നെ ആ കാഴ്ച കമ്യൂണിസത്തെപ്പറ്റിയുള്ള വിജയന്റെ വിചിന്തനങ്ങളിൽ ഒതുങ്ങി.

വിജയനെപ്പോലെതന്നെ കമ്യൂണിസം വ്രണപ്പെടുത്തുകയും നിരാശപ്പെടുത്തുകയും ചെയ്ത ആയിരക്കണക്കിന് മലയാളികൾക്ക് കമ്യൂണിസ്റ്റ് പാർട്ടിയെ വിജയൻ ചോദ്യം ചെയ്ത മുഹൂർത്തം പ്രധാനമായിരുന്നു. അവരുടെ നാവിൻതുമ്പത്തിരുന്ന ചോദ്യങ്ങളാണ് വിജയൻ തന്റെ ശക്തിയേറിയ പദാവലിയിലൂടെ ആവിഷ്കരിച്ചത്. പക്ഷേ, കമ്യൂണിസത്തോടുള്ള എതിർപ്പിനപ്പുറത്തേക്കു പരന്നുകിടക്കുന്ന വിജയന്റെ ജനാധിപത്യദർശനത്തെയും സ്വേച്ഛാധിപത്യത്തിന്റെയും ഫാസിസത്തിന്റെയും നിരാകരണത്തേയും അവർ പരിഗണിച്ചില്ല. രാഷ്ട്രീയപാർട്ടികളുടെ വായ്ത്താരികളിൽ മയങ്ങിക്കിടക്കുന്ന മലയാളിയുടെ പരിതാപകരമായ രാഷ്ട്രീയപാപ്പരത്തത്തിന്റെ മറ്റൊരു ഉദാഹരണമായിരുന്നു അത്. ജനാധിപത്യം, പത്രങ്ങളിലും ചാനലുകളിലും തെരുവിലും അവൻ കാണുന്ന രാഷ്ട്രീയപ്പാർട്ടികളുടെ വിളയാട്ടങ്ങൾ മാത്രമാണ് എന്ന സങ്കല്പം കൊണ്ട് അവൻ സംതൃപ്തനാണ്. പൗരന്മാരായ നാംതന്നെ ജനാധിപത്യത്തെ രാഷ്ട്രീയപ്പാർട്ടികളുടെ കണ്ണുകളിലൂടെ കണ്ടാൽ അവരുടെ ഭാഷ്യങ്ങളിലൂടെ വിചിന്തനം ചെയ്താൽ, ജനാധിപത്യത്തിന് എന്തു രക്ഷ? രാഷ്ട്രീയപ്പാർട്ടികളുടെയും മാധ്യമങ്ങളുടെയും അധികാരതാത്പര്യങ്ങളിൽനിന്ന് മാറിനിന്ന് രാഷ്ട്രീയത്തെ കാണാൻ കഴിഞ്ഞില്ലെങ്കിൽ

സ്വാതന്ത്ര്യത്തിന് എന്തുവില? വിജയന്റെ ഏറ്റവും പ്രധാനപ്പെട്ട സന്ദേശം ആ സ്വാതന്ത്ര്യത്തെപ്പറ്റിയായിരുന്നു.

വിജയന്റെ സന്ദേശം ആധ്യാത്മികമായിരുന്നു എന്ന് കരുതുന്നവരുണ്ട്. 'ധർമപുരാണം' തുടങ്ങിയങ്ങോട്ടുള്ള നോവലുകളുടെ സ്ഥായീപ്രമേയം സമകാലികസംഘർഷങ്ങൾക്ക് നടുവിൽ കുഴഞ്ഞുനിൽക്കുന്ന മനുഷ്യജീവിയുടെ ആധ്യാത്മികാന്വേഷണമാണ്. ഒരേസമയം ദുഃഖപാരവശ്യവും മധുരാനുഭൂതികളും നിറഞ്ഞുനിൽക്കുന്ന ഒരു കാല്പനികഭാവുകതയിലൂടെ വിജയൻ അവതരിപ്പിച്ച ആ ആധ്യാത്മിക തീർഥയാത്ര, കമ്യൂണിസത്തിന്റെയും വ്യവസ്ഥാപിത മതങ്ങളുടെയും ഇടയിലെ വരണ്ട വിജനതയിൽ മിഴിച്ചുനിന്നവർക്ക് സമാധാനവും സമാശ്വാസവും നല്കി.

'ഖസാക്കി'ലെ രവിയുടെ അന്തസ്സംഘർഷങ്ങളിൽ നാം ആദ്യം സാക്ഷ്യം വഹിച്ച ആധ്യാത്മിക പ്രതിസന്ധി 'ഗുരുസാഗര'ത്തിലൂടെയും 'പ്രവാചകന്റെ വഴി'യിലൂടെയും ഗുരുപരമ്പരകളുടെ സ്വപ്നാടനങ്ങളിൽ ശാന്തി നേടുന്നതായി നാം കണ്ടു. ആ ശാന്തിയെ നിരന്തരം ആക്രമണത്തിനിരയാക്കുന്ന, ഗുരുക്കന്മാരെക്കൊണ്ട് അമ്മാനമാടുന്ന, അധികാരശക്തികളെപ്പറ്റിയുള്ള വിജയന്റെ മുന്നറിയിപ്പുകളാണ് അദ്ദേഹത്തിന്റെ രാഷ്ട്രീയവും സാമൂഹികവുമായ സന്ദേശം. പക്ഷേ, കേരളം ഇന്ന് മുങ്ങിത്തുടിക്കുന്ന കപട ആധ്യാത്മികതകളുടെ വേലിയേറ്റത്തിൽ, അത്തരം സന്ദേശങ്ങൾ വെറും തലവേദനകൾ മാത്രമാണ്. ആൾദൈവങ്ങളുടെ ആലിംഗനത്തിന്റെ ആനന്ദം അനുഭവിക്കുമ്പോൾ അതിനുപിന്നിലെ അധികാരതന്ത്രത്തെപ്പറ്റി ഓർമപ്പെടുത്തപ്പെടുന്നത് ഒരു ശല്യമാണ്.

'ഖസാക്കിന്റെ ഇതിഹാസം' 20-ാം നൂറ്റാണ്ടിലെ മലയാള സാഹിത്യത്തിലെ നാഴികക്കല്ലുകളിലൊന്നായി നിലകൊള്ളുന്നു. അനുഭൂതികളുടേയും ഭാവുകത്വങ്ങളുടെയും മാത്രമല്ല, ഗദ്യഭാഷയുടെതന്നെ ഉന്മാദിപ്പിക്കുന്ന പുനരുത്ഥാനമാണ് 'ഖസാക്കി'ലൂടെ വിജയൻ നിർവഹിച്ചത്. മലയാളിയുടെ യൗവനസ്വപ്നാടനങ്ങളെയും വിഭ്രമങ്ങളെയും 'ഖസാക്കിന്റെ ഇതിഹാസം' ഒരു മാന്ത്രികക്കണ്ണാടിയിലെന്നപോലെ പിടിച്ചെടുത്തു. 'ഖസാക്കി'ലൂടെ വിജയൻ മലയാളഗദ്യത്തിന്റെ മാധുര്യത്തെയും മാദകത്വത്തെയും പുനർനിർവചിച്ചു.

ചങ്ങമ്പുഴ ഭാഷയുടെ മാദകത്വത്തിന് കവിതയിലൂടെ നല്കിയ അപാരസുന്ദരമാനങ്ങളെപ്പോലെ വിജയൻ മലയാളിയുടെ സൗന്ദര്യബിംബസങ്കല്പങ്ങളെ അപനിർമാണം ചെയ്ത് ഒരു പുതിയ ഗദ്യസൗന്ദര്യം സൃഷ്ടിച്ചു. കാവ്യത്തിൽനിന്ന് കടമെടുക്കാത്ത ഒരു പുതിയ സൗന്ദര്യമാണ് വിജയൻ ഭാഷയിലേക്ക് കൊണ്ടുവന്നത്. വരൾക്കാറ്റടിക്കുന്ന ഒരു വരണ്ട സമതലത്തിലെ സാധുമനുഷ്യരിൽനിന്നും ചെറുജീവികളിൽനിന്നും വിജയൻ സൃഷ്ടിച്ചെടുത്ത അലൗകികസൗന്ദര്യം മലയാള ഗദ്യത്തിനെ വിപ്ലവവത്കരിച്ചു.

ആദ്യം സൂചിപ്പിച്ചതുപോലെ, അത് അനുകരണങ്ങളുടെ ഒരു മഹാപ്രളയംതന്നെ സൃഷ്ടിച്ചു. പക്ഷേ, ഭാഷ അവിസ്മരണീയമാംവിധം

സമ്പന്നമായി. വിജയനുമായുള്ള, ഏതാണ്ട് 45 വർഷത്തോളം നീണ്ട എന്റെ സുഹൃദ്ബന്ധത്തെ തിരിഞ്ഞുനോക്കുമ്പോൾ, പ്രത്യേകിച്ചും വിജയന്റെ മരണത്തിനുശേഷം ആ ജീവിതത്തെ ആദ്യാവസാനം പരിശോധിക്കുമ്പോൾ, ഞാൻ തിരിച്ചറിയുന്ന ഒരു വസ്തുതയുണ്ട്. ഇത് ഒരു മഹാപ്രതിഭയുടെ ജീവിതത്തെപ്പറ്റി ഒരു സഹപ്രവർത്തകന്റെയും സുഹൃത്തിന്റെയും അടിക്കുറിപ്പാണ്.

ഏതോ ഒരു അസാമാന്യമായ അസ്വസ്ഥത വിജയനെ ജീവിതം നീളെ വേട്ടയാടി. കീർത്തിയോ താൻ കണ്ടെത്തിയ ആധ്യാത്മികതയോ വിജയനെ ആശ്വസിപ്പിച്ചില്ല. ഒരു തവണപോലും ഉള്ളുതണുത്ത് ഒന്നു ചിരിക്കാൻ, ആനന്ദത്തോടെ ഒരു നിമിഷം കണ്ണടച്ചിരിക്കാൻ വിജയന് കഴിഞ്ഞിട്ടില്ല എന്നെനിക്ക് തോന്നിയിട്ടുണ്ട്. എന്തായിരുന്നിരിക്കാം വിജയൻ അന്വേഷിച്ചത്? സ്നേഹമായിരുന്നോ? സത്യമായിരുന്നോ? ഏതോ ദൈവസങ്കല്പത്തെയായിരുന്നോ?

ഞാൻ കണ്ടിട്ടുള്ള ഏറ്റവും ദുർബലരും നിസ്സഹായരുമായ വ്യക്തികളിലൊരാളായിരുന്നു വിജയൻ. ബന്ധങ്ങളുടെ കാഠിന്യങ്ങളും ജീവിതപ്പോരാട്ടങ്ങളുടെ അനിവാര്യതയും വിജയനെ തളർത്തി. അത്തരത്തിലുള്ള ഒരു പടയാളിയായിരുന്നില്ല വിജയൻ. വിജയനിലെ എഴുത്തുകാരൻ പരാജയപ്പെടാൻ സന്നദ്ധനല്ലായിരുന്നു. പക്ഷേ, വിജയനിലെ സൗമ്യനും നിരുപദ്രവിയുമായ മനുഷ്യൻ പരാജയപ്പെടാൻ കാത്തുകെട്ടിനിന്നു. ഒരു പക്ഷേ, വിജയൻ ജീവിതത്തിലും സാഹിത്യത്തിലും നടത്തിയ ആധ്യാത്മികാന്വേഷണങ്ങൾ തനിക്കുതന്നെ നിയന്ത്രണമില്ലാത്ത ആ പരാജയപ്പെടലുകൾക്കെതിരെയായിരുന്നിരിക്കാം. പക്ഷേ, ഒരു ഗുരുവിനോ ഒരു മിത്തോളജിക്കോ പരിഹരിക്കാവുന്നവയായിരുന്നില്ല ആ സംഘർഷങ്ങൾ എന്ന് ഞാൻ കരുതുന്നു.

കാരണം, ഒരു പ്രതിഭയുടെ രഹസ്യാത്മകവും നിഗൂഢവുമായ ആന്തരിക പ്രപഞ്ചത്തിന്റെ ചലനങ്ങളായിരുന്നു വിജയന്റെ അസ്വസ്ഥതകളും ദുഃഖങ്ങളും വിലയ്ക്കുവാങ്ങിയ പരാജയങ്ങളും. വിജയന്റെ പ്രതിഭയ്ക്കു മാത്രം പരിഹരിക്കാവുന്നവയായിരുന്നു അവ. പക്ഷേ, പരിഹാരം വിജയൻ തേടിയത് തനിക്ക് പുറത്തായിരുന്നു എന്നതാണ് വിജയൻ എന്ന മനുഷ്യസ്നേഹിയുടെ, വിജയൻ എന്ന അന്വേഷിയുടെ ഏറ്റവും ദുഃഖകരമായ പരാജയം എന്ന് ഒരു സുഹൃത്തിന്റെ സങ്കടത്തോടെ ഞാൻ കരുതുന്നു. വിജയനും ഞാനുമായുള്ള വിയോജിപ്പുകളും ഇതിനെ സംബന്ധിച്ചായിരുന്നു. ഒരുപക്ഷേ, അങ്ങനെയല്ല അത് പറയേണ്ടത്, "എനിക്ക് വിജയനുമായുള്ള വിയോജിപ്പ്" എന്നാണ് പറയേണ്ടത്. കാരണം, വിജയൻ എന്നോട് വിയോജിച്ചില്ല. അത്തരമൊരു തർക്കംപോലും വിജയന് അസാധ്യമായിരുന്നു.

'ഗുരുസാഗര'ത്തിന്റെ കൈയെഴുത്തുപ്രതി വായിക്കുമ്പോൾ മുതൽ ആ വിയോജിപ്പ് ഞാൻ വിജയനുമായി ചർച്ച ചെയ്തിട്ടുണ്ട്. ആ പാത

വിജയൻ എന്ന ധൈഷണിക ധിക്കാരിയെ പിന്നീട് കൊണ്ടുപോയ, സംശയത്തിന്റെ ആനുകൂല്യംകൂടി നല്കാൻ വയ്യാത്ത ഇടങ്ങൾ കണ്ട് ഞാൻ അമ്പരന്നുനിന്നിട്ടുണ്ട്. വിജയനോട് നേരിട്ടും എന്റെ എഴുത്തു കളിലൂടെയും അതിനെ ചോദ്യം ചെയ്തിട്ടുണ്ട്. രോഗാവസ്ഥയും അതിന്റെ ആകുലതകളുമാണ് വിജയനെ കൂടുതൽ കീഴ്‌വഴങ്ങലുകളിലേക്ക് നയിച്ചത് എന്ന് ഞാൻ കരുതുന്നു. ഒരു കുടുംബാംഗമെന്നപോലെ വിജയനെ ചോദ്യം ചെയ്യാനുള്ള സ്വാതന്ത്ര്യം എനിക്കുണ്ടായിരുന്നു. സ്വകാര്യവും പൊതുവുമായ പല പ്രതിസന്ധികളിലൂടെയും ഒന്നിച്ചുകടന്നു പോയവരാണ് ഞങ്ങൾ.

പക്ഷേ, വിജയന്റെ ആരാധകരോട് ഇതെല്ലാം ആദ്യംതന്നെ വിശദീ കരിച്ച് മുൻകൂർ ജാമ്യം വാങ്ങുന്നതിൽ ഒരു അന്തസ്സില്ലായ്മയുണ്ട്. അവർ രോഷാകുലരായി. എനിക്കതിൽ ഒരു വിഷമവുമില്ല. കാരണം, വിജയനെ പ്പോലെയുള്ള ഒരു മഹാനായ മലയാളിക്ക് പാളിച്ചപറ്റി എന്നു തോന്നിയാൽ അത് സ്ഥാപിത താത്പര്യങ്ങളില്ലാതെയും കാലുഷ്യ മില്ലാതെയും ചൂണ്ടിക്കാണിക്കേണ്ട ചുമതല ഒരു സുഹൃത്തിനും സഹ പ്രവർത്തകനുമുണ്ട് എന്ന് ഞാൻ വിശ്വസിക്കുന്നു. ഇനിയഥവാ തെറ്റു പറ്റിയത് എനിക്കാണെങ്കിൽപോലും. കാരണം വിജയൻ ഒരു ആരാധ്യ പുരുഷനാണ്. അദ്ദേഹത്തിന്റെ ഓരോ വാക്കും നീക്കവും മലയാളികൾക്ക് മാർഗദർശനം നല്കാൻ ശേഷിയുള്ളതാണ്. ഒരുപക്ഷേ, ഞാൻ ഒരു അവിശ്വാസിയായതിനാലായിരിക്കാം എന്നെ അവിശ്വാസം പഠിപ്പിച്ചവരി ലൊരാളായ വിജയൻ സംശയാസ്പദമായ വിശ്വാസത്തിന്റെ പടി വാതിൽക്കൽ വഴിമുട്ടി നില്ക്കുന്നതുകണ്ട് അസ്വസ്ഥനായത്. എന്റെ അവിശ്വാസം എന്നെ രക്ഷിക്കട്ടെ എന്ന് മാത്രമേ എനിക്ക് പറയാൻ കഴിയൂ. ഞാൻ ഒരിക്കൽ അവിശ്വാസം പങ്കുവെച്ച മഹാനായ എന്റെ സുഹൃത്തിന്റെ ഓർമ്മയ്ക്കു മുന്നിൽ ഞാൻ തലകുനിക്കുന്നു. അഭിമാന ത്തോടെയും വേദനയോടെയും അദ്ദേഹത്തെ സ്മരിക്കുന്നു. അദ്ദേഹ ത്തിന്റെ നാമത്തിലുള്ള ഈ പുരസ്കാരം എനിക്കു നല്കിയതിന് വീണ്ടും അതിന്റെ പിന്നിലെ സന്മനസ്കരോട് നന്ദി പറയുന്നു.

ഹൈദരാബാദ് നവീനസാംസ്കാരിക കലാകേന്ദ്രം 2012 നവംബർ 11-ന് നടത്തിയ ഒ.വി. വിജയൻ സാഹിത്യപുരസ്കാര സമ്മേളനത്തിൽ പുരസ്കാരം സ്വീകരിച്ചുകൊണ്ട് നടത്തിയ പ്രഭാഷണം.

മാധ്യമം ആഴ്ചപ്പതിപ്പ് 2012 നവംബർ 26

കെ.ജെ. എബ്രാഹമിനെ ഓർമ്മിക്കുമ്പോൾ

എന്റെ പ്രിയപ്പെട്ട സ്നേഹിതനും സഹോദരതുല്യനും മാർഗദർശിയുമായിരുന്നു പ്രൊഫ. കെ.ജെ. എബ്രാഹം. അവറാച്ചൻ എന്ന് എന്നെപ്പോലെയുള്ള സുഹൃത്തുക്കളും അപ്പച്ചൻ എന്നു വീട്ടുകാരും വിളിച്ചിരുന്ന പ്രൊഫ.കെ.ജെ. എബ്രാഹം ഒരു വലിയ പ്രപഞ്ചം തനിക്കുള്ളിലൊളിച്ചുവച്ച ഒരു അസാധാരണ വ്യക്തിയായിരുന്നു. അത് ഒളിച്ചുവയ്ക്കുന്നതിൽ അദ്ദേഹം അസാധാരണമായ വൈദഗ്ധ്യം പ്രകടിപ്പിച്ചു എന്നുതന്നെ പറയണം. കാരണം തന്റെ ഉൾപ്രേരണകൾക്കിണങ്ങിയവരെയല്ലാതെ മറ്റാരെയും അദ്ദേഹം തന്റെ അത്യസാധാരണമായ വായനയുടെ ആഴങ്ങളിലേക്കു കൂട്ടിക്കൊണ്ടു പോയില്ല. ഒരുപക്ഷേ, ഞാൻ കണ്ടിട്ടുള്ള ഏറ്റവും അടിയുറച്ച പുസ്തകപ്പുഴുവായിരുന്നു അവറാച്ചൻ. പരിപൂർണമായും ഒത്തുതീർപ്പുകളില്ലാതെയും അദ്ദേഹം തന്റെ സമയവും ഹൃദയവും വായനയ്ക്കു കൈമാറി.

ഞാനുമൊരു പുസ്തകപ്പുഴുവാണ്. പക്ഷേ, എന്റെ നല്ലകാലത്തു പോലും അവറാച്ചന്റെ വേഗത്തിനും പരപ്പിനും ഒപ്പം നിൽക്കാൻ എനിക്കു കഴിഞ്ഞിട്ടില്ല. ഞങ്ങൾ പങ്കുവെച്ച പുസ്തകങ്ങൾ ആയിരക്കണക്കിനുണ്ട്. എന്റെ പുസ്തകങ്ങൾ അവറാച്ചന്റെ ശേഖരത്തിലേക്കും അവറാച്ചന്റേത് എന്റെ ശേഖരത്തിലേക്കും കുടിയേറ്റിക്കൊണ്ടിരുന്നു. ഞങ്ങൾ അവയെ ഞങ്ങളുടെ പൊതുമുതലായാണു കണ്ടിരുന്നത്.

എന്നെ എഴുത്തുകാരനാക്കിയത് എന്ത് എന്ന ചോദ്യത്തിന് എനിക്കു കൃത്യമായ ഒരുത്തരം മാത്രമേയുള്ളൂ. വായന. വായന. വായന മാത്രം. അതിനു പിന്നിൽ മറ്റെന്തെങ്കിലും ജനിതകശക്തികളുണ്ടോ എന്നെനിക്കറിയില്ല. എന്നെ വായനക്കാരനാക്കിയത് എന്റെ അപ്പന്റേയും അമ്മയുടേയും വായനാശീലമായിരുന്നു.

അവറാച്ചൻ വളർന്നതും വായനാശീലമുള്ള ഒരു കുടുംബത്തിലായിരുന്നു എന്ന് ഞാൻ മനസ്സിലാക്കിയിട്ടുണ്ട്. വായനയില്ലാത്ത വീട്ടിൽ വായനയുള്ളവർ വളരാൻ വിഷമമാണ് - അസാധ്യമാണ് എന്നു ഞാൻ പറയില്ല. അതേസമയം വായനയുടെ പ്രശ്നം അത് ജീവിതത്തിലെ ഒരു

അത്യന്താപേക്ഷിതഘടകമല്ല എന്നതാണ്. വായനയില്ലെങ്കിലും ഉയരാം, അധികാരം സമ്പാദിക്കുകയോ ധനം സമ്പാദിക്കുകയോ ചെയ്യാം. വായിക്കുന്നവരെ ശമ്പളം കൊടുത്തിരുത്തി, വായനകൊണ്ട് നേടേണ്ടവ ആ ശമ്പളക്കാർവഴി സംഭരിച്ചു വിജയിക്കുന്നവർ ധാരാളമുണ്ട്. വായനയില്ലാതെ ഏറ്റവും വിജയിയായ ഡോക്ടറാകാം. വായനയില്ലാതെ ഏറ്റവും ശക്തിമാനായ ബാങ്കറോ മാധ്യമഉടമയോ ആകാം. വായനയില്ലാതെ മതനേതാവാകാം. വായനയില്ലാതെ ആൾദൈവമാകാം. പത്രം മാത്രം വായിച്ച് മുഖ്യമന്ത്രിയാകാം. കാരണം രാഷ്ട്രീയപ്രവർത്തകർക്കു പത്രവായനയെങ്കിലും അത്യന്താപേക്ഷിതമാണ്. കാരണം അവരെപ്പറ്റിയും അവരുടെ പാർട്ടിയെപ്പറ്റിയും അവരുടെ എതിരാളികളെപ്പറ്റിയുമുള്ള വാർത്തകൾ അവർ അറിഞ്ഞേ തീരൂ. പുസ്തകപ്പുഴു എന്നു പറയുന്നതിനു പകരം പത്രപ്പുഴു എന്ന് അവരെ വിളിക്കാം.

അപ്പോൾ വായനയെപ്പറ്റിയുള്ള എന്തു ചർച്ചയും ഉയർത്തുന്ന അടിസ്ഥാന ചോദ്യം പിന്നെയെന്തിനു വായന എന്നതാണ്. വായനയില്ലാതെ ജീവിതവിജയം നേടാമെങ്കിൽ എന്തിന് അതിനുവേണ്ടി വെറുതേ സമയം പാഴാക്കണം? അവറാച്ചൻ അങ്ങനെ സമയം പാഴാക്കിയ ഒരു അപൂർവ വ്യക്തിയായിരുന്നു. അതും ഒരു ഗ്രാമത്തിന്റെ ഉള്ളിലൊളിച്ചിരുന്ന്. പക്ഷേ, ആ ഗ്രാമഭവനത്തിന്റെ വരാന്തയിലേക്ക് ഒരു ലോകദർശനം തന്നെ ഇറങ്ങിച്ചെന്നു.

ചരിത്രം, തത്ത്വശാസ്ത്രം, ജീവചരിത്രം, ആത്മകഥ, നോവൽ സാഹിത്യം, കഥാസാഹിത്യം, സാംസ്കാരിക പഠനങ്ങൾ... അങ്ങനെയുള്ള അറിവിന്റേയും ഭാവനയുടേയും ഒരു പ്രപഞ്ചത്തിലാണ് അവറാച്ചൻ ഒളിച്ചുജീവിച്ചത്. എന്നെപ്പോലെതന്നെ അവറാച്ചനും വീട്ടിലെ വായനാശീലത്തിൽ നിന്നു മുന്നോട്ടുനീങ്ങി വായനയുടെ മുഖ്യധാരയിലേക്കു ചെന്നെത്തിയതു നാടൻ വായനശാലകളിലൂടെയായിരുന്നു. പൊൻകുന്നം പബ്ലിക് ലൈബ്രറി അവറാച്ചന്റെ വായനാജീവിതത്തിന്റെ തലതൊട്ടപ്പനായിരുന്നു എന്നാണെന്റെ ഓർമ. എന്റെ അപ്പൻ വീട്ടിൽ സൂക്ഷിച്ചിരുന്ന പുസ്തകങ്ങൾക്കപ്പുറത്തേക്ക് എന്നെ വളർത്തിയത് പൂവരണി ഗ്രാമീണ വായനശാലയും ഇളങ്ങുളം ഗ്രാമീണവായനശാലയുമായിരുന്നു എന്നതുപോലെ.

എന്റെ ഓർമ ശരിയാണെങ്കിൽ ഇംഗ്ലീഷ് ഭാഷയുടെ മഹാസാഗരത്തിലേക്ക് കോളേജ് വിദ്യാഭ്യാസഘട്ടത്തിലൂടെ കടന്നുചെന്നതോടെയാണ് അവറാച്ചനിലെ വിജ്ഞാനാന്വേഷി, സാഹിത്യകുതുകി, പുസ്തകപ്പുഴു, വായനാഭ്രാന്തൻ, ചിറകുവിരിച്ചു പറന്നത്. ഇംഗ്ലീഷിലേക്കു ചെന്നെത്തിയതോടെ, താറാവ് വെള്ളത്തിലേക്കെത്തുന്നപോലെ അവറാച്ചൻ ആ ആഴക്കടലിലേക്കു പ്രവേശിച്ചു. പിന്നെ അദ്ദേഹത്തിലെ പുസ്തകപ്രേമി തിരിഞ്ഞുനോക്കിയിട്ടില്ല. ഇക്കാര്യത്തിൽ ഞങ്ങളുടേതു സമാന്തരപാതകളാണ്. ഗ്രാമീണവായനശാലകളിലെ മലയാളസാഹിത്യം കരണ്ടുതിന്ന് നക്കിത്തുടച്ചുകഴിഞ്ഞപ്പോൾ ജീവിതം എന്നെ ഇംഗ്ലീഷിന്റെ അദ്ഭുത

ലോകത്തിലേക്കു നയിച്ചു. അവിടെനിന്ന് ഞാൻ തല പുറത്തുനീട്ടിയത് ഒരു മലയാളം എഴുത്തുകാരനായാണ്. വായന എന്നെ എഴുത്തു കാരനാക്കി.

അവറാച്ചന്റെ കാര്യത്തിൽ അതു സംഭവിച്ചില്ല. അവറാച്ചന്റെ കാര്യ ത്തിൽ പ്രത്യേകിച്ച് ഒന്നും സംഭവിച്ചില്ല. അറുപതോളം വർഷം ഒരു വായനക്കാരനായി ജീവിച്ചു. അങ്ങനെതന്നെ മരിച്ചു. പണം സമ്പാദിച്ചില്ല. പ്രശസ്തി സമ്പാദിച്ചില്ല. ഒരു കോളജ് അധ്യാപകനു ലഭിക്കുന്ന ശിഷ്യ സമ്പത്ത് മാത്രം ലഭിച്ചു. ഒട്ടേറെ സുഹൃത്തുക്കളേയും സമ്പാദിച്ചു. ഒരു മാതൃകാ കുടുംബനാഥനായിരുന്നോ എന്നു ചോദിച്ചാൽ കുടുംബസ്നേഹ മുള്ള ഒരു മാതൃകാവായനക്കാരനായിരുന്നു എന്നായിരിക്കും ഒരുപക്ഷേ, ഉത്തരം.

അപ്പോൾ ആർക്കും യുക്തിയുക്തമായ ആ ചോദ്യം ചോദിക്കാം. വായനകൊണ്ട് എന്തു പ്രയോജനം? ഈ വായനയൊക്കെ വായിച്ചിട്ട് എന്തുണ്ടായി? അതിനൊരുത്തരമുണ്ടോ എന്നു നമുക്കു പിന്നാലെ അന്വേഷിക്കാം.

അവറാച്ചനും ഞാനും തമ്മിലുള്ള ബന്ധത്തിന് നാല്പത്തിയഞ്ചു വർഷത്തെ പഴക്കമുണ്ട്. അല്ലെങ്കിൽ അത്രയേ ഉള്ളൂ. കാരണം, പി. മുരളീ മോഹനനെപ്പോലെയുള്ള സുഹൃത്തുക്കളുമായുള്ള അവറാച്ചന്റെ ബന്ധ ത്തിന് അറുപതിലേറെ വർഷം പഴക്കമുണ്ട്. പ്രശസ്ത സംവിധായകൻ ജി. അരവിന്ദനുമായുള്ള അവറാച്ചന്റെ സുഹൃദ്ബന്ധത്തിനും അറുപതോളം വർഷം പഴക്കമുണ്ടാവും. ഞാൻ ബാംഗ്ലൂരിലെ പഠിത്തവും പഠിപ്പിക്കലും കഴിഞ്ഞ് 1967-ൽ കാഞ്ഞിരപ്പള്ളി സെന്റ് ഡൊമിനിക്സ് കോളേജിൽ അധ്യാപകനായി ചേർന്നശേഷം ഒരു വൈകുന്നേരം പൊൻകുന്നം ദൈവസഹായം ഹോട്ടലിൽ കാപ്പി കുടിച്ചുകൊണ്ടി രിക്കുകയാണ്. അപ്പോൾ സൗഹൃദം സ്ഫുരിക്കുന്ന മുഖവുമായി കൈയിൽ കുടപിടിച്ച വെളുത്ത ഒരാൾ എന്നോടു വന്നു ചോദിച്ചു: 'മാതൃ ഭൂമിയിൽ കഥയെഴുതുന്ന സക്കറിയ അല്ലേ?' ഞാൻ നാട്ടിലെത്തിയ ശേഷം ആദ്യമായി ഒരാൾ എന്നെ കഥാകൃത്തായി തിരിച്ചറിയുകയായി രുന്നു. അന്നാരംഭിച്ച സൗഹൃദം അവറാച്ചന്റെ ഏറ്റവും യാദൃച്ഛികമായ മരണംവരെ തുടർന്നു. അനായാസം മരണം. ഒരാളെയും ബുദ്ധിമുട്ടി ക്കാതെ ഒരു ഇലകൊഴിയുംപോലെ അടർന്നുപോകുക. മരണം ഞങ്ങൾ തമ്മിലുള്ള ചർച്ചകളിൽ ഒരു സ്ഥിരം വിഷയമായിരുന്നു. മരണം മാത്ര മല്ല, മരണാനന്തരാവസ്ഥയും ഞങ്ങളുടെ ചർച്ചാവിഷയമായിരുന്നു. ഞങ്ങൾ ഇരുവരും അവിശ്വാസികളായിരുന്നു. അവിശ്വാസത്തിന്റെ അഥവാ നൽകപ്പെട്ട പലതരം വിശ്വാസങ്ങളെ ചോദ്യം ചെയ്യാനുള്ള ശേഷി യുടെ ആദ്യപാഠങ്ങൾ എനിക്കു നൽകിയത് അവറാച്ചനായിരുന്നു. മതത്തിന്റേയും യാഥാസ്ഥിതിക ശക്തികളുടേയും രാഷ്ട്രീയ ശക്തികളു ടേയും കല്പനകളേയും തീർപ്പുകളേയും പുനഃപരിശോധിക്കേണ്ടതു ണ്ടെന്നു ഞാൻ പഠിച്ചത് അവറാച്ചനിൽനിന്നാണ്.

അതിനുള്ള മെതഡോളജി അഥവാ രീതിശാസ്ത്രം അവറാച്ചനിൽ നിന്നു ഞാൻ പഠിച്ചു. ആഴത്തിലും പരപ്പിലുമുള്ള വായനയും അതിൽ നിന്നു ലഭിക്കുന്ന അറിവുകളെ ഉപയോഗിച്ചുള്ള സ്വതന്ത്രചിന്തയും ആയിരുന്നു ആ രീതിശാസ്ത്രം. സ്വേച്ഛാധിപത്യങ്ങളെയും ഫാസിസങ്ങളെയും കുറിച്ച് ഇത്രമാത്രം അഗാധജ്ഞാനമുണ്ടായിരുന്ന മറ്റൊരു വ്യക്തിയെ എനിക്ക് അറിഞ്ഞുകൂടാ എന്നു പറയുമ്പോൾ അതൊരു അതിശയോക്തിയല്ല. ഹിറ്റ്ലറുടെ മഹായുദ്ധത്തിന്റേയും യഹൂദകൂട്ടക്കൊലയുടേയും ചരിത്രവായന അവറാച്ചനെ പിടിവിടാതെ പിന്തുടർന്ന ഒരു അന്വേഷണ പാതയായിരുന്നു. സ്റ്റാലിൻ, മാവോ തുടങ്ങിയ സ്വേച്ഛാധിപതികളുടെ ചരിത്രങ്ങളെ ഏറ്റവും പുതിയ പുസ്തകങ്ങളിലൂടെ അവറാച്ചൻ പിന്തുടർന്നു. അധികാരം എങ്ങനെയാണ് മനുഷ്യനെ രക്തക്കൊതിയനും നിഷ്ഠുരനും ഉന്മത്തനും ആക്കിത്തീർക്കുന്നത് എന്ന സമസ്യയെ അവറാച്ചൻ ഇതിലെല്ലാം പിന്തുടർന്നു.

ഹിറ്റ്ലറും സ്റ്റാലിനും മാവോയും പോൾപോട്ടുമെല്ലാം നമ്മെപ്പോലെയുള്ള മനുഷ്യരായിരുന്നില്ലേ? അവരെങ്ങനെ കൂട്ടക്കുരുതികളുടെ രക്തത്തിൽ നൃത്തം ചെയ്യുന്നവരായി? എന്റെ ജീവിതത്തിലെ ഏറ്റവും പ്രധാന വഴിത്തിരിവായിരുന്നു അവറാച്ചനിൽനിന്ന് എനിക്കു ലഭിച്ച ചരിത്ര വീക്ഷണം. രാഷ്ട്രീയാധികാരത്തിന്റെയും മതാധികാരത്തിന്റെയും മറകൾ നീക്കിക്കളഞ്ഞ ഒരു വീക്ഷണം. ചരിത്രവും അതിന്റെ പാഠങ്ങളും അതിപ്രധാനമാണ് എന്നും ഇന്നത്തെ സ്വേച്ഛാധിപത്യങ്ങളെ മനസ്സിലാക്കാൻ മുന്നത്തെ സ്വേച്ഛാധിപത്യങ്ങളുടെ ഓർമകളില്ലാതെ സാധ്യമല്ല എന്നും എനിക്കു മനസ്സിലാക്കാൻ കഴിഞ്ഞു.

അതുവരെ കഥയും നോവലും കവിതയുമാണ് എഴുത്തുകാരന്റെ ലോകം എന്നു വിശ്വസിച്ചിരുന്ന എനിക്ക് അവറാച്ചൻ ചരിത്രത്തിന്റെ ഞെട്ടിപ്പിക്കുന്ന പാതകൾ ചൂണ്ടിക്കാണിച്ചു. എഴുത്തുകാരനു സാഹിത്യത്തിന്റെ സുഖപാതകൾക്കപ്പുറത്തു കടന്നുചെന്നു. സ്വേച്ഛാധിപത്യങ്ങളുടെ മാത്രമല്ല, എല്ലാത്തരം അധികാരങ്ങളുടെ ചരിത്രവും മനഃശാസ്ത്രവും മനസ്സിലാക്കേണ്ടതുണ്ട് എന്ന് അവറാച്ചൻ കാണിച്ചുതന്നു. തലച്ചോറിന്റെ, മനസ്സിന്റെ, സ്വാതന്ത്ര്യമാണ് ഏറ്റവും അമൂല്യമായ സ്വാതന്ത്ര്യം എന്ന് എന്നെ മനസ്സിലാക്കിത്തന്നത് അവറാച്ചനായിരുന്നു. നമുക്കു സമൂഹം നൽകുന്ന മസ്തിഷ്കപ്രക്ഷാളനങ്ങളെ തൂത്തുമാറ്റാൻ വായന മാത്രമേ ആയുധമുള്ളൂ എന്നു ഞാൻ പഠിച്ചു.

ഇതിനെല്ലാമിടയിലൂടെ ഞങ്ങൾ ധാരാളം കൂട്ടുകൂടി. 1967 മുതൽ 71 വരെ പൊൻകുന്നത്ത് അവറാച്ചനും മുരളിയും ഇപ്പോൾ അമേരിക്കയിലുള്ള ഡോ. മൈക്കളും ചേർന്നുള്ള കൂട്ടുകെട്ട് നിർബാധം തുടർന്നു. അതിലേക്ക് ജോൺ എബ്രാഹം പലപ്പോഴും കടന്നുവന്നു. അവറാച്ചനായിരുന്നു എന്റെ പിൽക്കാലജീവിതത്തിൽ മറ്റൊരു മാർഗദർശിയായിത്തീർന്ന അരവിന്ദനെ എനിക്കു പരിചയപ്പെടുത്തിത്തന്നത്. ഞാൻ ഡൽഹിയിലേക്ക് 20 വർഷം നീണ്ട ഒരു കുടിയേറ്റം നടത്തിയപ്പോഴും ഞങ്ങൾ

തമ്മിൽ കത്തുകുത്തുകളും അവധിക്കാല കൂട്ടായ്മകളും തുടർന്നു. അവറാച്ചന്റെ പൊൻകുന്നത്തെ വീട്ടിലും പിന്നീടു ചെമ്മലമറ്റത്തെ വീട്ടിലും അനുജൻ ജോസിന്റെ വീട്ടിലും ഞാൻ ഒരു സന്ദർശകനായിരുന്നു. അവറാച്ചന്റെ കുട്ടികൾ വളർന്നുവരുന്നതു കണ്ടു. അനുജൻ പോൾ പഠിച്ചുയരുന്നതു കണ്ടു. അങ്ങനെ ഞങ്ങൾ ഒരു കാലഘട്ടം പങ്കുവെച്ചു. 20-ാം നൂറ്റാണ്ടിന്റെ ഏതാണ്ട് മൂന്നിലൊന്നും 21-ാം നുറ്റാണ്ടിന്റെ ആദ്യ ദശകവും പങ്കുവച്ചു.

അടിയന്തരാവസ്ഥയും നക്സൽ വിപ്ലവവും സിഖ് കൂട്ടക്കൊലയും ഗുജറാത്തിലെ മുസ്ലിം കുരുതിയും പങ്കുവച്ചു. ബാബ്റി മസ്ജിദിന്റെ തകർക്കൽ പങ്കുവെച്ചു. ഞങ്ങളെ ഒരിക്കൽ പുളകം കൊള്ളിച്ച കേരളീയ നവോത്ഥാനത്തെ യാഥാസ്ഥിതികശക്തികളും രാഷ്ട്രീയപാർട്ടികളും മാധ്യമങ്ങളും ചേർന്ന് ഉന്മൂലനം ചെയ്യുന്നതും ഞങ്ങൾ ഒന്നിച്ചനുഭവിച്ചു. ആൾദൈവങ്ങൾ മലയാളികളുടെ സാമൂഹിക നേതാക്കളായി ആഘോഷിക്കപ്പെടുന്നതു കണ്ടു. മാധ്യമങ്ങൾ അസത്യങ്ങളുടേയും അർധസത്യങ്ങളുടേയും ഉപജ്ഞാതാക്കളായി മാറുന്നതു കണ്ടു. രാഷ്ട്രീയപ്പാർട്ടികൾ ജനാധിപത്യത്തെ തട്ടിയെടുത്തു ജനങ്ങളുടെ മേലാളന്മാരായി മാറുന്നതു കണ്ടു. മന്ത്രിമാർ രാജാക്കന്മാരായി ചമഞ്ഞു ഞെളിയുന്നതു കണ്ടു. ജനപ്രതിനിധികൾ ജനങ്ങളേക്കാൾ വലിയവരായി അഹങ്കരിക്കുന്നതു കണ്ടു. തെറ്റിദ്ധരിക്കപ്പെട്ട പൗരൻ അവന്റെ സേവകനായ ജനപ്രതിനിധിയുടെ മുമ്പിൽ അടിമയെപ്പോലെ വാലാട്ടി നിൽക്കുന്നതു കണ്ടു.

പ്രവാസികൾ നൽകിയ അതിജീവനശേഷിയിൽ മലയാളികളുടെ സമൂഹം ധനംകൊണ്ടും പ്രതാപംകൊണ്ടും കുതിച്ചുയരുന്നതും സംസ്കാരത്തെ ചവറ്റുകുട്ടയിലെറിയുന്നതും കണ്ടു. ആതുരശുശ്രൂഷാലയങ്ങൾ ആരോഗ്യത്തിന്റെ സൂപ്പർ സ്പെഷ്യാലിറ്റി കശാപ്പുശാലകളായി മാറുന്നതു കണ്ടു.

ഒരു വായനക്കാരനായിരുന്ന അവറാച്ചന് ഇതിനെപ്പറ്റിയെല്ലാം എന്തു ചെയ്യാൻ സാധിച്ചു? സമൂഹത്തെ തിരുത്താൻ അദ്ദേഹത്തിനു കഴിഞ്ഞോ? കുറെയേറെ വിദ്യാർഥികൾക്കു ഗണിതശാസ്ത്രത്തിനുമപ്പുറത്തുള്ള ഒരു ജീവിതവീക്ഷണം നൽകാൻ കഴിഞ്ഞു എന്ന് എനിക്കറിയാം. അവറാച്ചൻ ചരിത്രത്തിൽ എക്കാലവും അദൃശ്യമായി നിലകൊള്ളുകയും അദൃശ്യമായി പ്രവർത്തിക്കുകയും ചെയ്യുന്ന ഒരു മനഃസാക്ഷിക്കൂട്ടായ്മയുടെ അംഗമായിരുന്നു. അവർ സാക്ഷികൾ മാത്രമാണ്. അവർ അന്വേഷകർ മാത്രമാണ്. തിരുത്തും ശരിപ്പെടുത്തലും അവർക്കു നൽകപ്പെട്ട പങ്കല്ല. അവരുടെ അജ്ഞാതവാസവും നിഗൂഢാന്വേഷണങ്ങളുടെ ഉപാസനകളും പ്രത്യക്ഷത്തിൽ ഒന്നും നേടുന്നില്ല.

മലയാളികളുടെ ഭൗതികവിജയത്തിന്റെ രീതിശാസ്ത്രപ്രകാരം അവറാച്ചൻ ഒരു വിജയിയല്ല. പക്ഷേ, അവറാച്ചനിൽ വിജയിക്കുന്നതു മാനവികതയുടേയും ധിഷണാശക്തിയുടേയും സ്വാതന്ത്ര്യബോധത്തിന്റേയും ഒരിക്കലും അവസാനിക്കാത്ത ചരിത്രശൃംഖലയാണ്.

അവറാച്ചനെപ്പോലെയുള്ള ഒരു പുസ്തകപ്പുഴു പ്രതിനിധീകരിക്കുന്നത് മനുഷ്യചരിത്രത്തിന്റെയും പുരോഗതിയുടെയും ആണിക്കല്ലായ സ്വതന്ത്രമായ അന്വേഷണത്വരയാണ്. ആയിരമായിരം വർഷങ്ങളിലൂടെ കടന്നു വന്ന ആ അന്വേഷണമാണ് മനുഷ്യചരിത്രത്തെ അത് ഇന്ന് എത്തി നിൽക്കുന്ന ശാസ്ത്രത്തിന്റെയും വിജ്ഞാനത്തിന്റെയും സാങ്കേതികവിദ്യയുടെയും മഹാചക്രവാളങ്ങളിലെത്തിച്ചത്. നിശ്ശബ്ദരും അജ്ഞാതരുമായ അന്വേഷികളുടെ ആ മഹാശൃംഖലയിലെ പകരംവെക്കാനാവാത്ത കണ്ണിയായിരുന്നു പ്രൊഫ.കെ.ജെ. എബ്രാഹം. അതായിരുന്നു അദ്ദേഹത്തിന്റെ അസ്തിത്വത്തിന്റെ യുക്തി.

വായന നിങ്ങളുടെ ബാങ്ക് ബാലൻസ് വർധിപ്പിക്കില്ലായിരിക്കാം. ഒരു പക്ഷേ, അതും ശരിയല്ല. കാരണം ഇനിയുള്ള ലോകത്തിൽ പണമല്ല മൂലധനം, അറിവാണ് എന്നതിൽ സംശയമില്ല. ഒരു കാര്യം തീർച്ചയാണ്. സ്വതന്ത്രമായ വായന നിങ്ങളെ സ്വതന്ത്രനാക്കുന്നു. ആ സ്വാതന്ത്ര്യമാണ് മനുഷ്യചരിത്രത്തെ പ്രാകൃതത്വത്തിൽ നിന്നു പുരോഗതിയിലേക്കു നയിച്ചത്. കെ.ജെ. എബ്രാഹം എന്ന അന്വേഷി ആലിംഗനം ചെയ്തത് ആ സ്വാതന്ത്ര്യത്തെയായിരുന്നു. അത് അദ്ദേഹത്തിന്റെ അജ്ഞാത ജീവിതത്തെ ധന്യവും അർഥപൂർണവും ആക്കുന്നു.

മനോരമ വാർഷികപ്പതിപ്പ് 2012

(പ്രൊഫ.കെ.ജെ. എബ്രാഹം (1939-2010) അരുവിത്തുറ സെന്റ് ജോർജസ് കോളേജിൽ ഗണിതശാസ്ത്രാധ്യാപകനായിരുന്നു.)

ഒരു പുസ്തകപ്പുഴുവിന്റെ പരിണാമം

ഇപ്പോൾ കഥയെഴുതിയിട്ട് ഒരുപാട് കാലമായി. എഴുത്തു തുടങ്ങിയ കാലത്ത് ആണ്ടിൽ നാലും അഞ്ചും കഥകളെഴുതിയിരുന്നു. ഇപ്പോൾ നാലും അഞ്ചും വർഷത്തിനിടയ്ക്ക് ഒരു കഥ എന്ന നിലയിലേക്ക് മാറി. ആഴ്ചയിൽ മൂന്നു ലേഖനം എന്ന നിലയിലുമായി. അതിനർഥം എന്റെ ജീവിതത്തിലും നിലപാടുകളിലും മലയാളികളുടെ സമൂഹത്തെപ്പറ്റി എനിക്കുള്ള സമീപനങ്ങളിൽ വന്ന വ്യത്യാസമാണ്. ഒരുപക്ഷേ, എന്നെ കഥാകാരനിൽനിന്ന് ലേഖകനാക്കി മാറ്റിയതിനു കാരണം കേരളംപോലെ ഒരിക്കൽ പ്രതീക്ഷാനിർഭരമായിരുന്ന സമൂഹത്തിനു വന്നുപിണഞ്ഞ കെടുതികളായിരിക്കാം. പരിസ്ഥിതിപരമായ പ്രശ്നങ്ങൾ കൂടാതെ വർഗീയവും രാഷ്ട്രീയവുമായ ഏതെല്ലാം അടിമത്തത്തിലേക്കാണ് നാം പൊയ്ക്കൊണ്ടിരിക്കുന്നത്. നവോത്ഥാനമൂല്യങ്ങൾ മുഴുവൻ തകർന്ന ടിഞ്ഞ ഒരു സമൂഹത്തിലാണ് നാം ജീവിക്കുന്നത്. അങ്ങനെയൊക്കെ വന്നുകഴിഞ്ഞാൽ സാഹിത്യമാണോ പ്രധാനം സമൂഹമാണോ പ്രധാനം എന്ന ചോദ്യമാണ് ഉള്ളിലുദിക്കുന്നത്.

കഥയെഴുത്താണോ പ്രധാനം അതോ സമൂഹത്തിൽ പുതിയ ആശയ ങ്ങൾ, അത് പ്രധാനപ്പെട്ടതാണോ അതോ അർഥവത്താണോ എന്നൊന്നും എനിക്കറിഞ്ഞുകൂടാ, എന്റേതായ രീതിയിൽ സൃഷ്ടിക്കാൻ ശ്രമിക്കുന്ന താണോ പ്രധാനം എന്ന ചോദ്യമുണ്ട്. അതിന്റെ ഇടയിൽ കഥകൾ എഴുതിക്കൂടായ്കയില്ല. ഇത് രണ്ടുംകൂടെ ഒരുമിച്ചു കൊണ്ടുപോകാൻ സമയത്തിന്റെ പ്രശ്നമുണ്ടാവാം. എന്റെ എഴുത്തിലുള്ള പരിണാമത്തിന്റെ ഭാഗമായിട്ടാണ് ഞാൻ കഥയെഴുത്തിൽനിന്നു മാറി ലേഖനമെഴുത്തിലേക്ക് കഴിഞ്ഞ ഇരുപതു കൊല്ലക്കാലയളവിൽ പ്രവേശിച്ചത്.

ഇന്ന് അത് ഒരു ഇംഗ്ലീഷ് നോവലിൽ കലാശിച്ചു. ഒരു പത്തുകൊല്ല മെടുത്ത് അത് പൂർത്തീകരിച്ചു. "ഭാസ്കരപട്ടേലരും എന്റെ ജീവിതവും" പോലെയുള്ള ചെറുനോവലുകളാണ് ഞാൻ ഇതുവരെ എഴുതിയിട്ടുള്ളത്. അതിൽനിന്നും മാറി ഒരു വലിയ നോവലെഴുതുന്ന പ്രോസസ്സിലേക്ക് ഞാൻ ഇപ്പോൾ തിരിച്ചുവരികയാണ്.

ആദ്യത്തെ കഥയെഴുതുമ്പോൾ എനിക്ക് 18 വയസ്സാണ്. ഭാഗ്യവശാൽ ആ കഥ മാതൃഭൂമിയിൽ പ്രസിദ്ധീകരിച്ചുവന്നു. ഒരു യുവമലയാളിക്ക് ലഭിക്കാവുന്ന ഏറ്റവും മനോഹരമായ പ്രവേശനമാണ് എനിക്കന്ന് മലയാളസാഹിത്യത്തിൽ ലഭിച്ചത്. കാരണം ഇന്ത്യയിലെ അംഗീകൃതമായ 23 ഭാഷകളിൽ ഒന്നായ മലയാളത്തിൽനിന്നുള്ള പ്രതിനിധിയായി ടി. പത്മനാഭനും ബഷീറും തകഴിയുമൊക്കെ ഉണ്ടായിരുന്ന സ്ഥലത്താണ് എന്നെപ്പോലെ ഒരു പതിനെട്ടു വയസ്സുകാരൻ ആദ്യകഥയുമായി പ്രവേശിക്കുന്നത്. എം.ടി. വാസുദേവൻ നായരും എൻ.വി. കൃഷ്ണവാര്യരും എനിക്കു നൽകിയ അനുഗ്രഹം. ഞാൻ ആരാണെന്നോ എന്താണെന്നോ ഒന്നും ആർക്കുമറിയില്ല. മൈസൂരിലെ ഒരു കോളേജിൽ മൂന്നാം വർഷം പഠിക്കുന്ന ഒരു വിദ്യാർഥി, പഠിക്കുന്ന കോളേജിന്റെ അഡ്രസ്സുമാത്രമാണ് അവർക്ക് എന്നെക്കുറിച്ചുള്ള അറിവ്. അങ്ങനെ അവർ എന്നെ എഴുത്തുകാരനാക്കുന്നു. അവിടന്ന് എന്റെ ജീവിതമാരംഭിക്കുന്നു. ആദ്യത്തെ കഥ 'ഉണ്ണി എന്ന കുട്ടി'യാണ്.

പതിനെട്ടാം വയസ്സിൽ ഞാൻ എങ്ങനെയാണ് ഒരു കഥയെഴുതാൻ ഇടയായത് എന്ന ചോദ്യത്തിലേക്ക് മടങ്ങിപ്പോയാൽ എന്റെ വ്യക്തിപരമായ അനുഭവത്തിൽ എങ്ങനെയാണ് ഒരെഴുത്തുകാരനുണ്ടാകുന്നത് എന്ന ഉത്തരവുംകൂടി നമുക്കു കിട്ടും. എന്നെ സംബന്ധിച്ചിടത്തോളം നിങ്ങളെങ്ങനെ ഒരെഴുത്തുകാരനായി എന്ന ചോദ്യത്തിന് ഒരൊറ്റ ഉത്തരമേയുള്ളൂ. ഞാൻ ഒരു പുസ്തകപ്പുഴുവായതുകൊണ്ട് എന്നു മാത്രമാണ്. ഞാൻ ഒരു വായനക്കാരനായിരുന്നു. വായനക്കാരൻ പരിണമിച്ച് എഴുത്തുകാരനായി മാറി. എന്റെ വീട്ടിൽ പുസ്തകങ്ങളുണ്ടായിരുന്നു.

ഞാൻ ജനിച്ച സ്ഥലം മീനച്ചിൽ താലൂക്കിലെ ഉരുളികുന്നമാണ്. അവിടെയുള്ള ആളുകളധികവും കൃഷിക്കാരായ ക്രിസ്ത്യാനികളായിരുന്നു. അവിടെയൊന്നും പുസ്തകങ്ങളില്ലായിരുന്നു. കാരണം അന്നും ഇന്നും കത്തോലിക്കസഭ സ്വതന്ത്രമായ വായനയെ പ്രോത്സാഹിപ്പിക്കുന്ന ഒരു സ്ഥാപനമല്ല. അതുകൊണ്ട് ക്രിസ്ത്യാനികളുടെ വീട്ടിൽ പൊതുവേ പുസ്തകങ്ങളില്ലായിരുന്നു. എന്നാൽ എന്റെ അപ്പൻ സ്വതന്ത്രചിന്തയുള്ള വ്യക്തിയായിരുന്നു. പൊൻകുന്നം വർക്കിയെയും അന്നത്തെ ഇടതുപക്ഷ പ്രസ്ഥാനത്തിനെയും പിന്തുടർന്ന് ഒരു സ്വതന്ത്രമായ ചിന്തയുടെയും വായനയുടെയും സംസ്കാരം ഉണ്ടാക്കിയതുകൊണ്ടും എന്റെ വീട്ടിൽ അപ്പൻ ശേഖരിച്ച പുസ്തകങ്ങളുണ്ടായിരുന്നതുകൊണ്ടുമാണ് ഞാൻ വാസ്തവത്തിൽ ഒരു വായനക്കാരനായത്.

ഒരു ഭവനമാണെങ്കിൽ അവിടെ പുസ്തകങ്ങളുണ്ടായിരിക്കണം. അത് കുട്ടികൾക്ക് വായിക്കാനുള്ള സ്വാതന്ത്ര്യമുണ്ടായിരിക്കണം. എട്ടു വയസ്സുള്ളപ്പോൾ തകഴിയും കേശവദേവുമൊക്കെ എഴുതിയ അഞ്ചു ചീത്തക്കഥകൾ എന്ന പുസ്തകം വായിച്ചിരുന്നു. ആ പേരു കേട്ടാൽ ത്തന്നെ ഒരു മാതാപിതാവും ആ പുസ്തകം കുട്ടികളുടെ മുന്നിൽ വായിക്കാനിട്ടു കൊടുക്കില്ല. പക്ഷേ ഞങ്ങളൊക്കെ അത് അന്ന്

വായിച്ചിരുന്നു. അതിനകത്ത് ചീത്തയായിട്ടൊന്നുമുണ്ടായിരുന്നില്ല. സെൻസേഷണലാക്കാൻ വേണ്ടി അങ്ങനെ പേര് കൊടുത്തതായിരിക്കും. അതുപോലും വായിക്കാനുള്ള സ്വാതന്ത്ര്യം ഞങ്ങൾക്കുണ്ടായിരുന്നു. കോളേജിൽ പഠിക്കാൻ കേരളം വിട്ട് പോകുന്നതുവരെ ഒരു പത്തുവർഷ ക്കാലം നിരന്തരമായി നടത്തിയ വായന, ഗ്രാമീണ വായനശാലകളെ നക്കിത്തുടച്ച വായന, അതിന്റെ ഫലമായി എന്റെ ഉള്ളിൽ നിറഞ്ഞ മലയാളമായിരുന്നു എന്റെ ഭാഷ. മറുവശത്ത് ഉരുളികുന്നം എന്ന ഗ്രാമം, അവിടെ ഞാൻ അനുഭവിച്ച പ്രകൃതിയും ഞാൻ അറിഞ്ഞ മനുഷ്യരു മായിരുന്നു. ഇതുമായിട്ടാണ് ഞാൻ കേരളം വിട്ടുപോകുന്നത്. ആ വിട്ടു പോകൽ ആയിരുന്നു വഴിത്തിരിവ്.

ഉരുളികുന്നം എന്ന ഗ്രാമത്തിൽനിന്ന് മായാനഗരമായ മൈസൂരിൽ ചെന്ന് പഠിക്കാൻ ചേരുമ്പോൾ എന്റെ ജീവിതം തകിടംമറിയുകയാണ് ചെയ്യുന്നത്. ഞാൻ മറ്റൊരു ഗോളത്തിൽ ചെന്നതുപോലെ, അപ്പോൾ ഒരു മനോഹരമായ അന്യത ഉണ്ടാവുകയാണ്. എന്റെ പഴയ ആ ജീവിതം വേറെ എവിടെയോപോയി മറഞ്ഞതായി തോന്നുകയാണ്. ആ അകലം പ്രാപിക്കലിലൂടെയാണ് എന്റെ ഉള്ളിൽ ആ പത്തുപന്ത്രണ്ടു കൊല്ലം വായിച്ച മലയാളം വേറൊരു ശക്തിയായിട്ട്, വേറൊരു പ്രേരണയായിട്ട് രൂപപ്പെടുന്നത്. അന്നും ഇന്നും പേനയെടുക്കുമ്പോൾ എന്റെ അടിസ്ഥാനം ഞാൻ പത്തുപന്ത്രണ്ടു കൊല്ലം വായിച്ച ആ മലയാളമാണ്.

അന്ന് ഗ്രാമീണ വായനശാലകളിൽ നാലോ അഞ്ചോ ഷെൽഫുകളേ യുള്ളൂ. അതിൽ കീറിപ്പറിഞ്ഞ കുറേ പുസ്തകങ്ങൾ ചേർത്തുവെച്ചിട്ടു ണ്ടാകും. എന്നെപ്പോലൊരു കുട്ടിക്ക് അതിലേക്ക് കയറിച്ചെല്ലുമ്പോൾ അത് ഒരു സാമ്രാജ്യത്തിലേക്ക് കയറുന്നതുപോലെയാണ്. അതിൽ മനസ്സിലാകുന്നതും വായിച്ചു മനസ്സിലാകാത്തതും വായിച്ചു. കഥയും ജീവ ചരിത്രവും യാത്രാവിവരണവും കവിതയും. കാവ്യങ്ങളും വായിച്ചു. കുഞ്ചൻ നമ്പ്യാരെ വായിച്ചു. ആശാനെ വായിച്ചു. പലതും അന്നൊന്നും മനസ്സിലായിട്ടില്ല. പക്ഷേ എനിക്കു തോന്നുന്നത് വായനകൊണ്ട് മാത്രമേ ആന്തരികമായ വളർച്ചയുണ്ടാകൂ എന്നാണ്. എഴുത്തുകാരനാകാൻവേണ്ടി മാത്രമല്ല നമ്മൾ വായിക്കുന്നത്, ഒരു മെച്ചപ്പെട്ട മനുഷ്യജീവിയാകാനാണ് വായിക്കുന്നത്.

ഒരു വശത്ത് മറ്റുള്ളവരുടെ ഭാവനയുടെ ലോകം നമ്മുടേതായി ത്തീരും. മറുവശത്ത് വിജ്ഞാനം. നമുക്ക് നമ്മുടെ അറിവ് വർധിപ്പി ക്കാതെ ഒരു മെച്ചപ്പെട്ട എഴുത്തുകാരനാകാൻ സാധിക്കില്ല എന്നാണ് തോന്നുന്നത്. സാഹിത്യം മാത്രം വായിച്ച് നമുക്ക് ബൗദ്ധിക നിലവാര മുള്ള ഒരാളാകാൻ സാധിക്കുമോ എന്നെനിക്കറിയില്ല. ചരിത്രബോധം വളരെ ആവശ്യമാണ്. നമ്മൾ നടത്തുന്ന കൊച്ചുവർത്തമാനങ്ങൾക്ക് ചരിത്രബോധത്തിന്റെ ആവശ്യമില്ല, എന്നാൽ രാഷ്ട്രീയവും സാമൂഹിക വുമായ കാര്യങ്ങളിൽ ഇടപെടാൻ ചരിത്രബോധമില്ലെങ്കിൽ വളരെ പ്രയാസമാണ്. ചരിത്രം വായിച്ചിരിക്കണം എന്നാണ് ഞാൻ വിശ്വസിക്കു ന്നത്. ഞാൻ ചരിത്രം വായിക്കാൻ സമയം ചെലവഴിക്കുന്നയാളാണ്.

കേരള ചരിത്രവും ഇന്ത്യാ ചരിത്രവും ലോകചരിത്രവുമെല്ലാം വായിക്കണം. ഡൽഹിയിൽ ദരിയാഗഞ്ച് എന്ന സ്ഥലം ഞായറാഴ്ചകളിൽ സെക്കൻഹാൻഡ് ബുക്കുകളുടെ സ്വർണഖനിയാണ്. ഞാൻ ഡൽഹിയിൽ പോയാൽ ഒരു ഞായറാഴ്ചയും ചേർത്ത് നിൽക്കാൻ പാകത്തിനാണ് പോകാറ്. കാരണം ഞായറാഴ്ച രാവിലെ ഏഴുമണിക്ക് ദരിയാഗഞ്ചിൽ കയറിയാൽ ഉച്ചയ്ക്ക് 12 മണിക്കുള്ളിൽ കൈയിലെ സഞ്ചിയിൽ മറ്റൊരിടത്തുനിന്നും കിട്ടാൻ സാധ്യതയില്ലാത്ത അപൂർവപുസ്തകങ്ങൾ നിങ്ങൾക്ക് ലഭിച്ചിട്ടുണ്ടാകും. എവിടെ നിന്നൊക്കെയോ വന്നുചേരുന്ന അമൂല്യങ്ങളായ പുസ്തകങ്ങൾ. അറുനൂറും എഴുന്നൂറും രൂപ വിലയുള്ള പുസ്തകങ്ങൾ അമ്പതു രൂപ മുതൽ മുകളിലോട്ട് ലഭിക്കും. കഴിഞ്ഞ തവണ പോയപ്പോൾ ഹിസ്റ്ററി ഓഫ് ലിബിയ എന്ന പുസ്തകം ലഭിച്ചു. ഗദ്ദഫിയെക്കുറിച്ച്, അങ്ങനെയൊരു നേതാവിനേയും അവിടെ നടക്കുന്ന പ്രശ്നങ്ങളേയുംകുറിച്ച് അറിയാമെന്നല്ലാതെ ആ രാജ്യത്തെക്കുറിച്ച് ഒന്നും അറിയില്ലായിരുന്നു. വളരെ വിലപ്പെട്ട അറിവുകൾ നൽകുന്ന പുസ്തകമായിരുന്നു അത്. അതിന്റെ ചട്ടയെല്ലാം വലിച്ചുകീറിയിരുന്നതുകൊണ്ട് പത്തു രൂപ മാത്രമായിരുന്നു അതിന്റെ വില. നമ്മൾ വായിക്കാൻ കൊള്ളാത്തതാണ് എന്നു പറഞ്ഞ് ഒന്നിനേയും തള്ളിക്കളയാൻ പാടില്ല. സാഹിത്യം മാത്രംകൊണ്ട് നമുക്ക് മനസ്സിനെ മോചിപ്പിക്കാൻ പറ്റുമോ എന്നറിയില്ല. സാഹിത്യമൂല്യങ്ങൾ, ഭാവനകൾ എന്നിവ മാത്രംകൊണ്ട് നമ്മൾ സമൂഹവുമായി സംവദിക്കുമ്പോൾ ചരിത്രബോധമില്ലെങ്കിൽ നമുക്ക് തെറ്റുപറ്റാൻ സാധ്യതയുണ്ട്. ഹിറ്റ്ലറും മുസ്സോളിനിയും എന്തൊക്കെയാണ് ചെയ്തത്, എങ്ങനെയാണ് സ്വേച്ഛാധിപത്യങ്ങൾ മനുഷ്യരെ കൂട്ടക്കൊല ചെയ്തത്, മതങ്ങൾ എന്തൊക്കെ ക്രൂരതകളാണ് ചെയ്തത് എന്നറിയാൻ ചരിത്രബോധം അനിവാര്യമാണ്.

എഴുതാൻ തുടങ്ങുന്ന ചെറുപ്പക്കാർക്കും എഴുതിക്കൊണ്ടിരിക്കുന്നവർക്കും ഒരുപോലെ ഭാവനയോടൊപ്പംതന്നെ രാഷ്ട്രീയബോധവും വേണം. അതിന്റെ അർഥം ഏതെങ്കിലും രാഷ്ട്രീയപാർട്ടികളുടെ നേതാവിനെ ക്കണ്ടാൽ വാലാട്ടുക എന്നതല്ല. ഈ രാഷ്ട്രീയപാർട്ടികൾ എന്താണ് ജനങ്ങൾക്കുവേണ്ടി ചെയ്യുന്നതെന്ന നിരീക്ഷണമാണ് പൗരന്റെ രാഷ്ട്രീയം. അതല്ലാതെ അവരുടെ കക്ഷത്തിൽ തലവെച്ചുകൊടുക്കുന്നതല്ല.

സുഗതകുമാരിടീച്ചർ പരിസ്ഥിതിയെക്കുറിച്ച് പറയുന്നു. കേരളത്തിന്റെ മുഖ്യധാരയിൽ പരിസ്ഥിതിയെന്നൊരു വിഷയമുണ്ട് എന്ന് കാണിച്ചുകൊടുത്തയാളാണ് ടീച്ചർ. എനിക്ക് ടീച്ചറോട് ഒരുപാടു കാര്യങ്ങളിൽ അഭിപ്രായവ്യത്യാസമുണ്ട്. എന്നാൽ പരിസ്ഥിതിക്കുവേണ്ടി ടീച്ചർ ചെയ്ത സേവനം വളരെ വിലപ്പെട്ടതാണ്. അതാണ് മാതൃക എന്നു പറയുന്നത്. അത്തരത്തിലാണ് ഒരു എഴുത്തുകാരന്റെ ഇടപെടലുണ്ടാകുന്നത്. ഇതിന് സന്നദ്ധമാകാൻ നമുക്കു ഭാവനയും ഹൃദയവും മാത്രമല്ല തലച്ചോറും വേണം. ആ തലച്ചോറിൽ പുതിയ സിനാപ്സുകൾ നിർമിക്കപ്പെടണം.

തലച്ചോറിലേക്ക് ഓരോ അറിവും വന്നുചേരുമ്പോൾ ഒരു പുതിയ സിനാപ്സ് നിർമിക്കപ്പെടുകയാണ് ചെയ്യുന്നത്. ഒരു പുതിയ ചിന്തയുണ്ടായാൽ പുതിയ സിനാപ്സുണ്ടാകും. എത്ര പ്രായമായാലും ഇത് സംഭവിക്കും. അപ്പോൾ നമ്മൾ എന്നും പുത്തനായിക്കൊണ്ടിരിക്കുന്നുണ്ട്. അതിനെ അവഗണിക്കരുത്. ഏതാണ് തലച്ചോറ് എവിടെയാണ് ഭാവന യിരിക്കുന്നതെന്നൊന്നും നമുക്ക് കൃത്യമായി അറിയില്ല. ഇതിന്റെയെല്ലാം ഉള്ളിൽക്കൂടെ നമുക്ക് എഴുത്തുകാരനായിരിക്കുക എന്നു പറയുന്നത് അത് യുവാവായാലും വൃദ്ധനായാലും ഒരു വലിയ വെല്ലുവിളിയാണ്. അത് ഭാഷയുടേയും വെല്ലുവിളിയാണ്.

ഭാഷയുടെ വെല്ലുവിളി വമ്പിച്ചതാണ്. എന്നെ സംബന്ധിച്ചിടത്തോളം എന്റെ എഴുത്ത് ഇറ്റ് ഈസ് മൈ എൻഗേജ്മെന്റ് വിത്ത് ലാംഗ്വേജ്. അത് എന്റെ ഭാഷയുമായുള്ള ഒരഭിമുഖീകരണവും സംവാദവുമാണ്. ഓരോ തവണ എഴുതുമ്പോഴും എന്റെ ഭാഷയെ ഞാൻ നവീകരിച്ചിരിക്കണം. സക്കറിയ എന്ന മനുഷ്യനുവേണ്ടിയെങ്കിലും എന്റെ ഭാഷയെ ഞാൻ നവീകരിക്കണം. അല്ലെങ്കിൽ എന്റെ ഇന്നലത്തെ കഥ വായിച്ചയാൾ പുതിയ കഥ വായിക്കുമ്പോൾ ഇയാൾ ഇത് ഇന്നലെ എഴുതിയതുപോലെ തന്നെയല്ലേ ഇന്നും എഴുതിയത് എന്നു പറയും. ഭാഷയെ എനിക്കു വേണ്ടിയെങ്കിലും എങ്ങനെ പുത്തനാക്കാം എന്നൊരു വെല്ലുവിളി അവിടെ കിടപ്പുണ്ട്. മറുവശത്ത് എന്റെ ചിന്തയെ നവീകരിക്കുകയും പുഷ്ടിപ്പെടുത്തുകയും ചെയ്യണം.

ഒരുദാഹരണം പറഞ്ഞാൽ കേരളത്തിൽ ഇന്ന് എഴുതുന്ന പുരുഷന്റെ ഉള്ളിൽ ജനിച്ചപ്പോൾത്തന്നെ പാരമ്പര്യത്തിന്റെ ഒരു നീണ്ട സൂചികൊണ്ട് കുത്തിവച്ച ഒരു വിഷമുണ്ട്. പുരുഷമേധാവിത്വ ചിന്ത. മലയാളിയും പുരുഷനുമാണെങ്കിൽ അവന്റെ തലച്ചോറിൽ അതു കിടപ്പുണ്ട്. പേനയെടുത്ത് എഴുതാൻ പോകുന്ന ഏതു പുരുഷനും ഒരു വാക്കെഴുതാൻ പോകുന്നതിന് മുമ്പ് ആലോചിക്കണം, ഞാൻ എഴുതാൻ പോകുന്നത് എന്നെയും മറ്റേത് സ്ത്രീയേയും ഒരുപോലെ കാണുന്ന നിലപാടിൽ നിന്നുകൊണ്ടാണോ. അതായത് ഞാൻ സ്ത്രീയെ കാണുന്നത് തുല്യരും സ്നേഹിതരുമായ സഹപൗരരായിട്ടോ അതോ മധുരം പൊതിഞ്ഞ് അമ്മ, കാമുകി എന്നെല്ലാം കൊഞ്ചിക്കുഴഞ്ഞ് സിനിമയിലും സീരിയലിലും കാണുന്ന പുരുഷകള്ളത്തരത്തിന്റെ ഭാഗമായിട്ടാണോ? ഈയൊരു നിലപാടെടുക്കാതെ ഒരു പുരുഷന് എങ്ങനെ എഴുതാൻ പറ്റും?

നമ്മുടെ തലച്ചോറിൽ അടിഞ്ഞുകൂടിയിരിക്കുന്ന വിഷമുണ്ട്. മതത്തിന്റെ വിഷം, ജാതിയുടെ വിഷം. മതം സ്വീകരിക്കുന്നതും മതചിന്തയു മൊന്നും പൂർണമായി വിഷമാണെന്ന് ഞാൻ പറയുന്നില്ല. പക്ഷേ, അതിനെ വിഷമാക്കി മാറ്റുന്നവരുണ്ട്. ഞാൻ ജനിച്ചത് കത്തോലിക്കാ മതത്തിലാണ്. ലോകത്ത് ജനങ്ങളെ വളരെയേറെ മുറുക്കിപ്പിടിക്കുന്ന മതസ്ഥാപനമാണ് കത്തോലിക്കാസഭ. ജനിച്ച് ഒരാഴ്ച കഴിഞ്ഞ് മാമോദീസ മുക്കുന്ന നിമിഷം മുതൽ മതം നമ്മുടെമേൽ ചവിട്ടിപ്പിടിക്കും.

എന്നെ മാമോദീസ മുക്കുമ്പോൾ എന്റെ പ്രായം പത്തു ദിവസമാണ്. ഏതു വിധത്തിലാണ് അപ്പോൾ ഞാനൊരു വിശ്വാസിയാകുന്നത്? ആരെങ്കിലും എന്നോടു ചോദിച്ചോ വിശ്വാസിയാകണോ എന്ന്? അതിന് ഉത്തരം പറയാനുള്ള ശേഷി എനിക്കുണ്ടോ? അപ്പോൾ വിശ്വാസം എന്റെ മേൽ കുടഞ്ഞിടപ്പെടുകയാണ്. 'നീ ഇത് പിടിച്ചോ' 'നീ ഇന്നുതൊട്ട് ഇതാണ്'. ഇരുപതിരുപത്തഞ്ച് വയസ്സാകുമ്പോഴാണ് നമുക്ക് ചിന്തിക്കാനുള്ള ശേഷി വരുന്നത്. പക്ഷേ, അപ്പോഴേക്കും നമ്മുടെ മസ്തിഷ്ക പ്രക്ഷാളനം നടന്നുകഴിഞ്ഞു. ഇതെല്ലാം ശരിയാണ് എന്ന് പത്തുപതിനഞ്ചു വയസ്സായപ്പോഴേക്കും എന്നിൽ വിശ്വാസമുറച്ചു. നരകമുണ്ട് അവിടെ എന്നെ പിടിച്ചുതിന്നാൻ പിശാച് ഇരിക്കുന്നുണ്ട് എന്നെല്ലാം ഞാനും കരുതി. ദൈവം എന്ന ഒരു വിദ്വാൻ സ്വർഗത്തിലിരിക്കുന്നുണ്ട്. ചുറ്റും മാലാഖമാരൊക്കെ പറക്കുന്നുണ്ട്. അദ്ദേഹം താടിയൊക്കെ വെച്ച് സിംഹാസനത്തിലിരിക്കുന്നുണ്ടെന്ന് നാം വിശ്വസിക്കുന്നു. ഇതിൽ നിന്നെല്ലാം പുറത്തുചാടാൻ എത്ര കാലമാണെടുക്കുന്നതെന്നറിയുമോ. എന്റെ ആദ്യകാല കഥകളെഴുതുന്ന സമയത്ത് ഞാൻ ഇതിലൊക്കെ കുറച്ചൊക്കെ വിശ്വസിച്ച് പേടിച്ചിരിക്കുന്ന ഒരു മനുഷ്യനാണ്. ഒരു മനുഷ്യജീവി എന്ന നിലയ്ക്കുകൂടി എനിക്ക് ഈ കളവുകളിൽനിന്ന് സ്വതന്ത്രമാകേണ്ട ചുമതലയുണ്ടായിരുന്നു.

(മലയാള സർവകലാശാലയുടെ സാഹിത്യോത്സവം 'സാഹിതി'യിൽ 2014 ഫെബ്രുവരി 22ന് നടത്തിയ പ്രഭാഷണത്തിൽ നിന്ന്)

മാതൃഭൂമി ബുക്സ് ജേണൽ ജനുവരി–ഫെബ്രുവരി 2014

മായാസൂര്യൻ

വിശ്വാസത്തിൽനിന്നു വാസ്തവത്തിലേക്ക് എത്തിച്ചേരാൻ ഞാൻ ശ്രമിച്ചതിന്റെ ചില ഓർമകളാണിത്. അനവധി പുസ്തകങ്ങളും അനുഭവങ്ങളും ആളുകളും എനിക്കു വഴി കാണിച്ചുതന്നു. ഈ കുറിപ്പിന്റെ ദൈർഘ്യപരിമിതികളിൽ പ്രത്യക്ഷപ്പെടുന്നത് ചിലവയും ചിലരും മാത്രമാണ്. എന്റെ ശ്രമംകൊണ്ട് എന്തുണ്ടായി എന്നു ചോദിച്ചാൽ പ്രത്യേകിച്ചുത്തരമൊന്നുമില്ല. ഞാൻ ഇവിടെ എന്നോടൊപ്പമുണ്ട്. പ്രപഞ്ചവും ഇവിടെയൊക്കെ ഉണ്ട്. സന്തോഷം.

എനിക്കു മനസ്സിലായിട്ടുള്ളിടത്തോളം നമ്മുടെ തലച്ചോറുകളിൽ ഏറ്റവുമാദ്യം മുദ്രണം ചെയ്യപ്പെടുന്ന വിശ്വാസം - തന്മൂലം മുൻവിധിയും - മതമാണ്. ഏറ്റവും രൂഢമൂലവും അതുതന്നെയാണ് - ജാതിയോടൊപ്പം. മതവിശ്വാസത്തിൽനിന്ന് - ദൈവവിശ്വാസത്തിൽ നിന്നും - സ്വാതന്ത്ര്യം നേടുക എനിക്ക് ഒട്ടും എളുപ്പമായിരുന്നില്ല. ഒരുപക്ഷേ, ഇത് കത്തോലിക്കാ പാരമ്പര്യത്തിൽ ജനിച്ച ഒരു വ്യക്തിയുടെ മാത്രം പ്രശ്നമായിരിക്കാം. കാരണം, അത്തരമൊരു പുനരധിവാസത്തിനായി വ്യവസ്ഥാപിത ക്രിസ്തുമതത്തെ ഒരു ഭൗതിക അധികാര വ്യവസ്ഥിതിയായി തിരിച്ചറിയുക ആവശ്യമായിരുന്നു. ബൈബിളിനെ മറ്റൊരു മനുഷ്യപുസ്തകമായി വായിക്കാൻ കഴിയേണ്ടതുണ്ടായിരുന്നു. യേശു എന്ന നീതിമാനായ യുവാവിനെ അങ്ങനെതന്നെ മനസ്സിലാക്കേണ്ടതുണ്ടായിരുന്നു - ദൈവത്തിന്റെ മുഖംമൂടിയില്ലാതെ. ഇതിനെല്ലാമായി ശൈശവം മുതൽ എന്നിൽ വേരോടിച്ചിരുന്ന മതവിശ്വാസങ്ങളെ വിപുലമായും വിശദമായും ചോദ്യം ചെയ്യുകയും പുനർപരിശോധനയ്ക്കു വിധേയമാക്കുകയും ചെയ്യുക ആവശ്യമായിരുന്നു. എന്തിനിതെല്ലാം എന്നു ചോദിച്ചാൽ ഉത്തരമില്ല. അങ്ങനെ തോന്നി. വായനയാണ് തുടക്കം. മറ്റു മതങ്ങളിൽ നിന്നു രക്ഷപ്പെടാൻ ഇത്രയും കഷ്ടപ്പാടുണ്ടോ എന്നെനിക്ക് അറിഞ്ഞുകൂടാ.

സന്ദേഹിയായിരുന്ന എന്റെ അപ്പനിൽനിന്നും അപ്പൻ എനിക്കു തുറന്നുതന്ന വായനാലോകത്തിൽനിന്നുമാണ് വിശ്വാസത്തിൽനിന്നു മറ്റൊന്നിലേക്കുള്ള എന്റെ യാത്ര തുടങ്ങിയത് എന്നു ഞാൻ കരുതുന്നു. പിന്നീട് എന്റെ വായനയ്ക്കു പൊതുവായും ക്രിസ്തുമതത്തെപ്പറ്റിയുള്ള

എന്റെ സന്ദേഹങ്ങൾക്ക് പ്രത്യേകിച്ചും വഴിത്തിരിവുണ്ടാക്കിയത് പരേത നായ എന്റെ സുഹൃത്ത് പ്രൊഫ.കെ.ജെ. എബ്രാഹമായിരുന്നു. കാഞ്ഞിര പ്പള്ളിയിൽ വെച്ച് 1967-ൽ എബ്രാഹമിനെ പരിചയപ്പെടുമ്പോഴേക്കും ഞാൻ ആ പാതയിൽ ഒരു പുസ്തകപ്പുഴുവിനു വന്നു ഭവിക്കുന്ന യാദൃച്ഛി കതകളുടെ സഹായത്തോടെ ഒരു ചെറുദൂരം സഞ്ചരിച്ചുകഴിഞ്ഞിരുന്നു. പൊൻകുന്നം വർക്കിയുടെയും പോഞ്ഞിക്കര റാഫിയുടെയും രചന കളിലൂടെ ഹൈസ്കൂൾ കാലത്തുതന്നെ കത്തോലിക്കാ വിശ്വാസത്തോ ടുള്ള വിമർശനാത്മക സമീപനങ്ങളുമായി ഞാൻ പരിചയപ്പെട്ടിരുന്നു. ബഷീർ തുറന്നുതന്ന മനോഹരലോകത്തിലും മനുഷ്യൻ മതത്തിന പ്പുറത്തു നില്ക്കുന്നത് ഞാൻ കണ്ടു. മൈസൂരിൽ ഗോപാലകൃഷ്ണ അഡിഗസാറിന്റെ (ആധുനിക കന്നട കവിതയെ രൂപപ്പെടുത്തിയ മഹാൻ) കീഴിൽ ഇംഗ്ലീഷ് സാഹിത്യം പഠിച്ചപ്പോഴാണ് (1961-1964) മനുഷ്യഭാവന യുടെയും ചിന്തയുടെയും അളവില്ലായ്മയെ തിരിച്ചറിഞ്ഞതും സ്വതന്ത്ര നായിരിക്കുക ഒരുവന് ഒരു പരിധിവരെ സാധ്യമാണെന്ന് ഒരു ഊഹാ പോഹംപോലെ മനസ്സിലായതും. അതിവിശാല ലോകങ്ങൾ കണ്ണെത്തും ദൂരത്ത് മരീചികപോലെ ആവിർഭവിച്ചു. അന്ന് എന്റെ വായന സിലബസ്സി ലടങ്ങിയ ഇംഗ്ലീഷ് സാഹിത്യത്തിലും മറ്റ് ഐച്ഛികവിഷയങ്ങളായിരുന്ന ചരിത്രത്തിലും സാമ്പത്തിക ശാസ്ത്രത്തിലും ഒതുങ്ങിയതായിരുന്നു.

എം.എയ്ക്കു ബാംഗ്ലൂരിൽ എത്തിയതോടെയാണ് (1964) എന്റെ ചക്ര വാളങ്ങൾ വിടർന്നത്. എന്റെ 'ലോക്കൽ ഗാർഡിയ'നും മറ്റൊരു പുസ്തക പ്പുഴുവായിരുന്ന ജ്യേഷ്ഠൻ (പരേതനായ എം.പി. ജോസഫ്) എനിക്കു നല്കിയ ദാക്ഷിണ്യങ്ങൾ ഉപയോഗിച്ചും ധാരാളമായി ദുരുപയോഗപ്പെടു ത്തിയും ഞാൻ ഒരു പുതിയ സ്വാതന്ത്ര്യത്തിലേക്കു പ്രവേശിച്ചു. എന്റെ ജീവിതകേന്ദ്രം സെന്റ് മാർക്ക്സ് റോഡിലെ ബ്രിട്ടീഷ് കൗൺസിൽ ലൈബ്രറിയായിരുന്നു. എന്റെ ഉദ്യാനം അതിനു നേരെ ചുവട്ടിലുള്ള കോശീസ് പരേഡ് കഫേയും. ബ്രിട്ടീഷ് കൗൺസിൽ ലൈബ്രറിയിലെ പുസ്തക അലമാരികളിൽ എന്റെ ആദ്യകാല മലയാളം വായനകൾക്കും ഇംഗ്ലീഷ്-മലയാളം സാഹിത്യഗ്രന്ഥങ്ങൾക്കും അപ്പുറത്തുള്ള ഒരു എഴുത്തിന്റെ ലോകത്തെ ആദ്യമായി അഭിമുഖീകരിച്ചു. ലോറൻസ് ഓഫ് അറേബ്യയുടെ സെവൻ പില്ലേഴ്സ് ഓഫ് വിസ്ഡം വിറയ്ക്കുന്ന കൈകൾകൊണ്ട് എടുത്തുകൊണ്ടുപോയി വായിക്കാൻ ശ്രമിക്കുന്നത് ഓർമയുണ്ട്. ലണ്ടനിൽനിന്നു പ്രസിദ്ധീകരിച്ച എൻകൗണ്ടർ മാസികയുടെ ഓരോ ലക്കവും ഓരോ ആന്തരിക വിസ്ഫോടനമായിരുന്നു. അവിടത്തെ വായന എന്നും മനസ്സിന്റെ പുതിയ വഴികൾ എന്റെ മുമ്പിൽ തുറന്നു. ആ ലൈബ്രറിയിലാണ് ഞാൻ ആദ്യമായി ജെ. കൃഷ്ണമൂർത്തിയെ കണ്ടെത്തിയത് - കമന്ററീസ് ഓൺ ലിവിങ്ങും മറ്റു പുസ്തകങ്ങളും. വിശ്വാസത്തിൽനിന്നു വാസ്തവത്തിലേക്കുള്ള പാതയിലേക്ക് ആദ്യമായി ഞാൻ ഒളിഞ്ഞു നോക്കുകയായിരുന്നു. ആ അലമാരികളിൽത്തന്നെ അരബിന്ദോയെയും ഞാൻ കണ്ടെത്തി. എന്റെ അന്ധതയെ കണക്കാ ക്കാതെ ഞാൻ അരബിന്ദോയിലൂടെ ഒച്ചിനെപ്പോലെ ഇഴഞ്ഞു. കബ്ബൺ

പാർക്കിലെ പബ്ലിക് ലൈബ്രേറിയിൽ ഞാൻ ബൈൻഡിങ് ഇളകി താളുകൾ പറിഞ്ഞ് ഇരട്ടവാലന്മാർ കൈയേറിയ ഒരു പുസ്തകം കണ്ടെത്തി. റഷ്യൻ തത്ത്വചിന്തകൻ നിക്കൊളായ് ബെർജ്യേവിന്റെ (Nikolai Berdyaev) - പേര് മറന്ന - ഒരു ഗ്രന്ഥം. എന്തു വില കൊടുത്തും സ്വതന്ത്രനാകുക എന്നായിരുന്നു ബെർജ്യേവിന്റെ സന്ദേശം. മതാധിഷ്ഠിതമല്ലാത്ത ഒരു ആത്മബോധത്തിന്റെ സജീവ സാധ്യത ഇവരെല്ലാം ചൂണ്ടിക്കാട്ടി. ബ്രിട്ടീഷ് കൗൺസിലിൽനിന്നു തന്നെയാണ് എനിക്കു വഴി തെളിച്ചു തന്ന രണ്ടു പുസ്തകങ്ങൾകൂടി ഞാൻ വായിച്ചത്. റോം ലാൻഡോയുടെ (Rom Landau) 'ഗോഡ് ഈസ് മൈ അഡ്വെഞ്ചർ', പോൾ ബ്രണ്ടന്റെ (Paul Brunton) 'എ സേർച്ച് ഇൻ സീക്രട്ട് ഇന്ത്യ'. രമണ മഹർഷിയെയും ഗുർഡ്ജീഫിനെയും (George Gurdjieff) ഞാൻ കണ്ടെത്തിയത് അങ്ങനെയാണ്. ഇതിനിടയിലൂടെ സാർത്രും കമ്യുവും ബ്രെഹ്തും അറുപതുകളിലെ യൂറോപ്യൻ റിബൽ വസന്തത്തിന്റെ മറ്റ് എഴുത്തുകാരും യുവാവായ എനിക്ക് ഹൃദയഹാരികളായ അസ്തിത്വാത്മക മറുകാഴ്ചകൾ കാണിച്ചുതന്നു. "ബീയിങ് ആൻഡ് നതിങ്നെസ്സ്" തോൾസഞ്ചിയിലും തലയണക്കീഴിലും എനിക്കു കൂട്ടിരുന്നു.

ബി.എ. തലത്തിൽ ചരിത്രം പഠിച്ചിട്ടുണ്ടായിരുന്നെങ്കിലും എന്റെ സ്വന്തമായ ചരിത്രവായനയിലേക്കു കടന്നതിന്റെ വഴികാട്ടി പ്രൊഫ. കെ.ജെ. എബ്രാഹമായിരുന്നു. അദ്ദേഹമെനിക്ക് സ്വേച്ഛാധിപത്യങ്ങളുടെയും യുദ്ധങ്ങളുടെയും ചരിത്രങ്ങളിലേക്കും കത്തോലിക്കാ സഭയുടെ യഥാർഥ ചരിത്രങ്ങളിലേക്കും വഴി തുറന്നുതന്നു. പാപ്പമാരുടെ രക്തപങ്കിലവും നടുക്കുന്നതുമായ നാൾവഴികളും, കുരിശുയുദ്ധത്തിന്റെയും മതവൈരത്തിന്റെയും കൂട്ടക്കൊലകളുടെയും ഇൻക്വിസിഷന്റെയും (കത്തോലിക്കാസഭയുടെ മതദ്രോഹവിചാരണ) രക്തത്തിൽ കുളിച്ച ലോകങ്ങളും ഞാൻ കണ്ടെത്തി. മാർട്ടിൻ ലൂഥർ എന്ന അസാധാരണ മനുഷ്യനെ എനിക്കു പരിചയപ്പെടുത്തിയതും എബ്രാഹം തന്നെ. ലൂഥറിന്റെ വിചാരവിപ്ലവമായിരുന്നു യൂറോപ്പിനെ കത്തോലിക്കാസഭയുടെ തടങ്കലിൽനിന്നു ബോധജ്ഞാനത്തിന്റെ പാതയിലേക്കു നയിച്ച ശക്തികളിലൊന്ന്. 20-ാം നൂറ്റാണ്ടിൽ മതത്തിന്റെ സ്വേച്ഛാധിപത്യം, ഹിറ്റ്ലറെയും സ്റ്റാലിനെയും മുസ്സോലിനിയെയും പോലെയുള്ള പുതിയ ദൈവങ്ങളുടെ സ്വേച്ഛാധിപത്യത്തിന്റെ മുമ്പിൽ മുട്ടുമടക്കിയതെങ്ങനെ എന്നു ഞാൻ വായിച്ചു. 60 ലക്ഷത്തോളം യഹൂദരുടെ ഉന്മൂലനത്തിലേക്കു നയിച്ച സംഹാരപ്രക്രിയയിൽ അധികാര രാഷ്ട്രീയത്തെപ്പോലെതന്നെ മതത്തിനുമുള്ള പങ്ക് ഞാൻ തിരിച്ചറിഞ്ഞു. (ആ യഹൂദ സമൂഹത്തിന്റെ പിന്തുടർച്ചക്കാരാണ് പലസ്തീനിൽ അവസാനമില്ലാത്ത രക്തപ്പുഴകൾ ഒഴുക്കുന്നത്! ചരിത്രം എന്തൊരു കോമാളി!) എന്റെ ഭാര്യയുടെ മാതുലനും തിയോസഫിസ്റ്റും എബ്രാഹമിനെപ്പോലെ തന്നെ ഒരു അർപ്പിത പുസ്തകപ്പുഴുവുമായിരുന്ന എസ്. സുന്ദർരാജനാണ് എനിക്കു തിയോസഫിയുടെ സ്ഥാപകയായ മദേം ബ്ളവാറ്റ്സ്കിയുടെയും (H.P.Blavatsky)

രഹസ്യാത്മകമായ ഒരു പ്രാപഞ്ചിക സത്യാന്വേഷണത്തിന്റെ ഉപജ്ഞാതാവായ പി.ഡി. ഔസ്പെൻസ്കിയുടെയും (P.D.Ouspensky) ചിന്തകളെ പരിചയപ്പെടുത്തിയത്. അദ്ദേഹം തന്നെയാണ് എനിക്കു രമണ മഹർഷിയുടെ ലോകത്തിലേക്ക് കൂടുതൽ വാതിലുകൾ തുറന്നുതന്നത്. (ജനപ്രിയ നോവലുകൾ തൊട്ട് ഡഗ്ലസ് ആർ. ഹൊഫ്സ്റ്റാഡറുടെ (Douglas R. Hofstadter) Godel, Escher, Bach: An Eternal Golden Band എന്ന ഗണിതശാസ്ത്രവും ചിത്രകലയും സംഗീതവും കൂട്ടിയിണക്കിയുണ്ടാക്കിയ മസ്തിഷ്ക ഗ്രന്ഥം വരെ എല്ലാം ഈ അതിശയ പുസ്തകപ്പുഴുവിന്റെ ഭക്ഷണമായിരുന്നു.)

പള്ളിയിൽ പുരോഹിതൻ വായിക്കുന്നതു കേട്ടിട്ടുള്ളതല്ലാതെ ബൈബിൾ ഞാൻ വായിച്ചിട്ടുണ്ടായിരുന്നില്ല (അക്കാലത്ത് കത്തോലിക്കാ ഭവനങ്ങളിൽ ബൈബിൾവായന ലിഖിതമോ അലിഖിതമോ ആയ ഒരു നിയമത്താൽ സഭ വിലക്കിയിരുന്നു). സ്വന്തം നിലയിൽ ഞാൻ ആദ്യമായി ബൈബിളുമായി പരിചയപ്പെടുന്നത് മൈസൂറിൽ ഇംഗ്ലീഷ് സാഹിത്യപഠനത്തിന്റെ ഭാഗമായായിരുന്നു - അഡിഗസാറിന്റെ കീഴിൽ. (ബൈബിളിന്റെ ഇംഗ്ലീഷ് വിവർത്തനം - കിങ് ജെയിംസ് ബൈബിൾ - ഇംഗ്ലീഷ് ഭാഷയുടെ വളർച്ചയുടെ നാഴികക്കല്ലുകളിലൊന്നാണ്. അങ്ങനെയാണത് സിലബസിന്റെ ഭാഗമായത്). വീണ്ടും ബാംഗ്ലൂരിൽ എം.എയ്ക്കും ബൈബിൾ പഠനവിഷയമായി. അക്കാലങ്ങളിൽ ബൈബിൾ എന്നെ മടുപ്പിച്ചു. യേശുവും എന്റെയുള്ളിൽ ഒരു പരമ്പരാഗത രൂപം മാത്രമായിരുന്നു. പിന്നീട് എബ്രാഹത്തിലൂടെ യഥാർഥ ക്രിസ്തുമത ചരിത്രത്തിലേക്കും യേശുവിന്റെ മനുഷ്യത്വത്തിലേക്കും കടന്നുചെന്നപ്പോഴാണ് ഞാൻ ബൈബിൾ ഗൗരവപൂർവം വായിച്ചത്. അപ്പോഴേക്കും അതിനെ മറ്റേതു പുസ്തകവുമെന്നപോലെ വായിക്കാനുള്ള ശേഷി എനിക്കു കൈവശമായിരുന്നു. യേശുവിനെ മനുഷ്യനായി പുനർവിഭാവനം ചെയ്ത നിക്കോസ് കസൻദ് സാക്കിസിനെയും ഖലീൽ ജിബ്രാനെയും ഒരു വശത്തും റോബർട്ട് ഇംഗർസോളിനെയും ബെർട്രാൻഡ് റസ്സലിനെയും പോലെയുള്ള യുക്തിചിന്തകരെ മറ്റൊരു വശത്തും വായിച്ചുകഴിഞ്ഞിരുന്നു. പ്രസിദ്ധ റാഷണലിസ്റ്റ് പ്രസിദ്ധീകരണശാലയായിരുന്ന തിങ്കേഴ്സ് ലൈബ്രറിയുടെ പുസ്തകങ്ങൾ എബ്രാഹവും ഞാനും പങ്കുവച്ചു. അരവിന്ദനുമായുള്ള സൗഹൃദം ആരംഭിക്കുന്ന കാലമായിരുന്നു അത്. ഞാൻ അന്വേഷിക്കുന്നതെന്തെന്നു തിരിച്ചറിയുകയും അതിലൊരു കണ്ണു പതിപ്പിക്കുകയും ഉത്സാഹിപ്പിക്കുകയും ചെയ്തു അരവിന്ദൻ. അദ്ദേഹവും മറുവഴികളെക്കുറിച്ചു ബോധവാനായിരുന്നു. എഴുത്തും സിനിമയും സൗഹൃദങ്ങളുമടക്കമുള്ള അനവധി കാര്യങ്ങളിലെന്നപോലെ ക്രിസ്തുമതത്തെ അഭിസംബോധന ചെയ്യുന്ന കാര്യത്തിൽ ജോൺ എബ്രാഹവും എന്നെ സഹായിച്ചു.

എന്റെ പാതയിൽ വെളിച്ചം ചൊരിഞ്ഞതും എനിക്ക് ഏറ്റവും പ്രിയപ്പെട്ടതുമായിത്തീർന്ന ഒരു വായനാമേഖലയിലേക്ക് എന്നെ നയിച്ചത്

പ്രൊഫ. എബ്രാഹമായിരുന്നു: ആത്മകഥ/ജീവചരിത്രം. റസ്സലിന്റെയും സ്റ്റെഫാൻസ്വൈഗിന്റെയും (Stephan Sweig) പോലെയുള്ള ജീവിതചരിത്രങ്ങൾ എനിക്ക് അസാധാരണങ്ങളായ ആത്മജാലകങ്ങൾ തുറന്നുതന്നു. ഡൽഹിക്കാലത്താണ് ഞാൻ കാർലോസ് കാസ്റ്റനേഡയുടെ (Carlos Castaneda) മറുപ്രപഞ്ചത്തിലേക്കു കടന്നത്. വിശ്വാസസംഹിതകൾക്കു പുറത്ത് മിന്നാമിനുങ്ങുകളെപ്പോലെ പാറുന്ന രഹസ്യ സ്വാതന്ത്ര്യ സൂത്രങ്ങൾ കാസ്റ്റനേഡയുടെ നായകനായ മെക്സിക്കൻ നാട്ടുഗുരു ഡോൺ ഹ്വാൻ (Don Juan) വെളിപ്പെടുത്തുന്നു. ഒ.വി. വിജയനാണ് എന്നെ സയൻസ് ഫിക്ഷനിലേക്കു പ്രവേശിപ്പിച്ചത്. എന്റെ ജീവിതത്തിലെ ഏറ്റവും ഗംഭീരവും ഹരം പിടിപ്പിക്കുന്നതുമായ വഴിത്തിരിവുകളിലൊന്നായിരുന്നു അത്. എസ്.എഫ്. എനിക്കു വെളിപ്പെടുത്തിയ മറുലോകങ്ങളും മറുഭാവികളും എന്റെ ജീവിതവീക്ഷണത്തെ പൊളിച്ചടുക്കി. ജീവിതത്തിന്റെയും ഭാവനകളുടെയും സാധ്യതകളുടെ ഒരണുവിൽപ്പോലും നാം തൊട്ടിട്ടില്ലെന്ന് അതെനിക്കു മനസ്സിലാക്കിത്തന്നു. ഒരുപക്ഷേ, എസ്.എഫിൽ വർഷങ്ങൾ നീന്തിത്തുടിച്ചതിന്റെ ഏറ്റവും മനോഹരമായ ഫലം ഞാൻ ഫ്രാങ്ക് ഹെർബർട്ടിന്റെ (Frank Herbert) ഡ്യൂൺ (Dune) പരമ്പരയിൽ ചെന്ന് എത്തിപ്പിടിച്ചു എന്നതായിരുന്നു - യാദൃച്ഛികമായി. ഡ്യൂൺ വായിക്കുന്നതിനു മുമ്പുള്ള ഞാനും, വായിച്ച ഞാനും രണ്ടുപേരാണ് എന്നു ഞാൻ കരുതുന്നു. വിജയനിൽനിന്നു കടം വാങ്ങിയാണ് ഞാൻ എന്റെ ആദ്യത്തെ സൂഫി സമാഹാരം വായിച്ചത്. മതപ്രബോധനങ്ങൾക്കു മീതെയുള്ള മനുഷ്യാത്മാവിന്റെ കുതിപ്പുകളും ദൈവസങ്കല്പവുമായുള്ള പുതിയ സ്വതന്ത്ര സമവാക്യങ്ങളും സൂഫികൾ കാണിച്ചുതന്നു. ഖുർആനിൽ നിന്നു മുന്നോട്ടു പോയി പ്രവാചകന്റെ ഉള്ളുതുറക്കലുകളായ ഹദീസ്സുകളിലേക്കു (Hadith) കടന്നപ്പോൾ തത്സമയ ബോധജ്ഞാനങ്ങൾ പക്ഷികളെപ്പോലെ നാലുപാടും ചിറകടിക്കുന്നതു ഞാൻ കണ്ടു. ഇതേ കാലഘട്ടത്തിൽത്തന്നെയാണ് ഫ്രിറ്റ്ജോഫ് കാപ്രായുടെ (Fritjof Capra) ഗ്രന്ഥങ്ങൾ ഞങ്ങളെ ക്വാണ്ടം ഫിസിക്സിന്റെ വാസ്തവങ്ങളിലേക്കു കടത്തിവിട്ടത്. എന്നെ സംബന്ധിച്ചിടത്തോളം അനന്തതയിലേക്കു പൊടുന്നനവെ ഒരു ജാലകം തുറന്നതുപോലെയുള്ള വഴിത്തിരിവായിരുന്നു ക്വാണ്ടം ഫിസിക്സിന്റെ അവബോധം.

ഹൃദയത്തിന്റെ തിരിച്ചറിവുകൾ നല്കിയ എന്റെ ആദ്യത്തെ നവയുഗ ചിന്തകനാണ് അലൻ വാട്ട്സ് (Alan Watts). സെൻ ബുദ്ധിസവും (Zen) റ്റാവോയും (Tao) അലനിലൂടെയാണ് ഞാൻ കണ്ടെത്തിയത്. മറ്റൊരു രസതന്ത്രത്തിലേക്ക് മുക്കിത്താഴ്ത്തപ്പെടുന്നതുപോലെയുള്ള ഹൃദയജ്ഞാനങ്ങളെ അലൻ ഒരു കുരുവിയെ പറത്തിവിടുന്നത്ര അനായാസമായി അവതരിപ്പിച്ചു. അലന്റെ പുസ്തകങ്ങളോരോന്നും ഞാൻ ആവർത്തിച്ചു വായിച്ചു. ഇതിനെല്ലാമിടയിലൂടെ 1960–'80 ദശകങ്ങളിലെ മഹാമാർഗദർശികളായ യൂറോപ്യൻ, ബ്രിട്ടീഷ്, അമേരിക്കൻ എഴുത്തുകാരുടെ ലോകത്തിൽ ഞാൻ മുങ്ങിത്താണു. ബീറ്റിൽസിന്റെയും

അബ്ബായുടെയും മറുരാഗങ്ങൾ എന്റെ അന്വേഷണങ്ങൾക്കു സംഗീതത്തിനു മാത്രം സൃഷ്ടിക്കാൻ കഴിയുന്ന ആശയാതീത അസാധ്യതകളുടെ അനുഭവം തന്നു - എന്റെ ജീവിതത്തിന്റെ ഭാഗമായി കഴിഞ്ഞിരുന്ന ഹിന്ദി - മലയാളം സംഗീതത്തോടൊപ്പം. ഒരു മഹാഭാഗ്യമായിരുന്നു അന്നു ജീവിച്ചിരിക്കാൻ കഴിഞ്ഞത് എന്ന് ഇന്നു ഞാൻ മനസ്സിലാക്കുന്നു. വിയറ്റ്നാമും പ്രാഗിലെ (Prague) റഷ്യൻ ടാങ്കുകളും അടിയന്തരാവസ്ഥയും എല്ലാം ചരിത്രം എന്റെ അന്വേഷണത്തിനു നല്കിയ നിശ്ശബ്ദ ഉപദേശങ്ങളായിരുന്നു. ഓഷോയുടെ ഒത്തുതീർപ്പുകളില്ലാത്ത ശബ്ദം എന്നെ ഹൃദ്യമായി പരിപോഷിപ്പിച്ചു.

സുഹൃത്തുക്കളിലൂടെയും യാദൃച്ഛിക സംഭാഷണങ്ങളിലൂടെയും ഞാൻ തിരിച്ചറിവുകൾ സമ്പാദിച്ചു. സിനിമാ നിർമാതാവ് മണിസ്വാമിയുമായി - ഇന്നദ്ദേഹം ആ രംഗത്തില്ല - ഒ.വി. വിജയനിലൂടെ പരിചയപ്പെട്ട കാലത്ത് അദ്ദേഹത്തിൽനിന്നു കടം വാങ്ങിയ - തിരിച്ചു കൊടുക്കാത്ത - ദ് വീൽ ഓഫ് ഡെത്ത് (The Wheel of Death) എന്ന പുസ്തകം എന്റെയുള്ളിൽ വീശിയ പ്രകാശം ഞാൻ മറക്കില്ല. മണിസ്വാമി തന്നെയാണ് ദ് ടിബറ്റൻ ബുക്ക് ഓഫ് ദ് ഡെഡ് (The Tibetan Book of the Dead) എനിക്കു പറഞ്ഞുതന്നത് എന്നാണെന്റെ ഓർമ. പരേതനായ എന്റെ സുഹൃത്ത് പാപനാശം സ്വാമി (സാധു മോഹൻ) അവിശ്രമിയായ അന്വേഷകനായിരുന്നു - ഇടയിലൂടെ ആയിരമായിരം പരാജയം അനിവാര്യമായ കാര്യങ്ങൾ ചെയ്തുകൂട്ടുകയും ചെയ്തു. എന്നോടുപോലും ചിലപ്പോൾ ഉത്തരങ്ങൾ തേടുന്ന അസാധാരണ മനസ്സായിരുന്നു അദ്ദേഹത്തിന്റേത്. ഒരിക്കൽ ഞാൻ സ്വാമിയോടു ചോദിച്ചു: എന്തിനെക്കുറിച്ചാണ് ജീവനും പ്രപഞ്ചവും ഈ പരിപാടികളെല്ലാവും? അദ്ദേഹം ഒരു നിമിഷം ആലോചിച്ചിരുന്നു. എന്നിട്ടു പറഞ്ഞു: എനിക്കൊന്നേ തോന്നുന്നുള്ളൂ: The evolution of intelligence. എന്നെ പിടിച്ചുയർത്തിയ ഒരു പ്രസ്താവനയായിരുന്നു അത്.

ശ്രീരാമകൃഷ്ണനെ ഞാനൊരു ആധ്യാത്മിക വേട്ടനായയെപ്പോലെ പിന്തുടർന്നു. അദ്ദേഹത്തിന്റെ ഓരോ വാക്കും ഞാൻ വായിച്ചിട്ടുണ്ട് എന്നാണെന്റെ ഉത്തമവിശ്വാസം. ക്രിസ്റ്റഫർ ഇഷർവുഡിന്റെ (Christopher Isherwood) രാമകൃഷ്ണ ആൻഡ് ഹിസ് ഡിസൈപ്പിൾസ് എന്റെ വിശുദ്ധ പുസ്തകമായിരുന്നു. വിവേകാനന്ദനെ ഉറച്ചിരുന്നു വായിച്ചു. ഗീതയിലെ സ്വാതന്ത്ര്യരഹസ്യങ്ങളിലേക്കു ഞാൻ അദ്ദേഹത്തിലൂടെ എത്തിനോക്കി. പരമഹംസന്റെ മണ്ണിൽ കാലുറപ്പിച്ചു നില്ക്കുന്ന ആധ്യാത്മികതയും വിവേകാനന്ദന്റെ പറന്നുയരലുകളും ഒരുപോലെ വിമോചനസാധ്യതകൾ എനിക്കു വെളിപ്പെടുത്തി. വളരെ, വളരെ താമസിച്ച്, വിജയനിലൂടെയാണു ഞാൻ നാരായണഗുരുവിനെ കണ്ടെത്തിയത്. അതെന്റെ ജീവിതത്തെ മാറ്റിമറിച്ച കണ്ടെത്തലായിരുന്നു. പാരമ്പര്യപ്രമാണങ്ങൾക്കും ദൈവങ്ങൾക്കുമപ്പുറത്തുള്ള ആത്മജ്ഞാനത്തിന്റെ ഒരു ഉറവിടം, എന്റെ നൂറ്റാണ്ടിന്റേത്, എന്റെ മണ്ണിന്റേത് ഞാൻ

കണ്ടെത്തുകയായിരുന്നു. എന്റെ അവിശ്വാസത്തിനു ലഭിച്ച ഏറ്റവും വലിയ അനുഗ്രഹമായിരുന്നു, ആ ആത്മീയയുക്തിവാദിയുടെ നിലപാടുകൾ. തിരുവനന്തപുരത്ത് എത്തിയതിനുശേഷം എന്റെ സുഹൃത്തും രമണ മഹർഷിയുടെ പ്രേമിയുമായ ടാൻഡം ഗോപാലകൃഷ്ണൻ എന്നെ നിസർഗദത്ത എന്ന അസാധാരണ ചിന്തകന്റെ ആശയങ്ങളുമായി പരിചയപ്പെടുത്തി. വീണ്ടും എന്റെ സംശയങ്ങൾക്ക് - ഭീതികൾക്കും - മനോഹരങ്ങളും അമ്പരപ്പിക്കുന്നവയുമായ ഉത്തരങ്ങൾ ലഭിച്ചു. മത ചരിത്രപണ്ഡിതയായ കാരെൻ ആംസ്ട്രോങ്ങിന്റെ (Karen Armstrong) ഹിസ്റ്ററി ഓഫ് ഗോഡും മറ്റ് ഗ്രന്ഥങ്ങളും യഹൂദ-ക്രൈസ്തവ-മുസ്ലീം ദൈവസങ്കല്പങ്ങളുടെ പൊതുവായ അടിവേരുകളും അവയുടെ യാന്ത്രികപരിവർത്തനങ്ങളും കാണിച്ചുതന്ന് എന്റെ മനസ്സിലെ അനവധി അന്ധതകൾ നീക്കി. യേശുവിനെ നൂറ്റാണ്ടുകളായി മതം അണിയിച്ചിരുന്ന മുഖംമൂടികൾ ആധികാരിക ചരിത്രവസ്തുതകളുടെ വെളിച്ചത്തിൽ സുവ്യക്തമായി നീക്കിക്കാണാൻ ഏറ്റവും സഹായിച്ചത് ഗീസ വെർമീസിന്റെ (Geza Vermes) ഗ്രന്ഥങ്ങളായിരുന്നു. ഐലൈൻ പേഗൽസ് (Elaine Pagels) , ഉട്ടാ റാങ്കെ-ഹൈനമാൻ (Uta Ranke-heinemann) എന്നീ വനിതാ പണ്ഡിതരുടെ ഗംഭീരഗ്രന്ഥങ്ങൾ ക്രൈസ്തവചരിത്രത്തിന്റെ അടയ്ക്കപ്പെട്ട വാതിലുകൾ തുറന്നുതന്നു.

ബൈബിൾ എന്ന ഇരട്ടപ്പുസ്തകത്തിൽ എന്നെ ആകർഷിക്കുന്നത് യേശുവിന്റെ കഥ പറയുന്ന പുതിയ നിയമം ആണ്. മിത്തും വസ്തുതയും കൂട്ടിക്കലർത്തിയ യഹൂദ വേദപുസ്തകമായ പഴയ നിയമത്തിൽ മൗലിക കഥാപാത്രങ്ങൾ അനവധിയുണ്ട്. പക്ഷേ, യേശുവിന്റെ മനുഷ്യത്വം അവരെയെല്ലാം നിഷ്പ്രഭരാക്കുന്നു. ബൈബിളിനെ - പഴയ നിയമത്തെയും പുതിയ നിയമത്തെയും - തലച്ചോറിനുള്ളിലെ ചരടുവലികളില്ലാതെ വായിക്കാൻ കഴിഞ്ഞതോടെ, മതം ഒരു പുറംകുപ്പായംപോലെ പറിഞ്ഞുവീണു. എന്റെ കുറച്ചു കഥകളിലേക്ക് യേശുവിനെ ഞാൻ സ്നേഹപൂർവം കൂട്ടിക്കൊണ്ടുവന്നു.

പക്ഷേ, എനിക്കു ലഭിച്ചുകഴിഞ്ഞുവെന്നു ഞാൻ കരുതിയ വിമോചനത്തെ അപ്രതീക്ഷിതങ്ങളായ തിരിച്ചടികൾ കാത്തിരിക്കുന്നുണ്ടായിരുന്നു. ക്രിസ്തുമതത്തിന്റെ ചട്ടക്കൂട്ടിൽനിന്നു ഞാൻ മോചിതനായെങ്കിലും, ശൈശവ-ബാല്യ-കൗമാരകാലങ്ങളിൽ നമുക്കുള്ളിൽ ഭയത്തിന്റെ മഷികൊണ്ടു മുദ്രണം ചെയ്യപ്പെടുന്ന മത-ദൈവ-ആശ്രിതത്വത്തിൽ നിന്നുള്ള മോചനം എളുപ്പമല്ലെന്നു ഞാൻ താമസിയാതെ മനസ്സിലാക്കി. ചില ജീവിതപരിണാമങ്ങൾ എന്നെ നിലംപരിശാക്കിയപ്പോൾ ഞാൻ - എന്നെത്തന്നെ പരിഹസിച്ചുകൊണ്ട് - ഭാവിപ്രവാചകരെയും ദൈവങ്ങളെയും തേടി പോയി. എന്നെ രക്ഷിക്കേണ്ട ഉത്തരവാദിത്വം ദൈവങ്ങൾക്കാണെന്നു ഞാൻ കരുതി. ക്രിസ്തുമതത്തിലേക്കു ഞാൻ മടങ്ങിപ്പോയില്ല. ഹിന്ദുമതത്തിലേക്കാണ് എന്റെ പ്രതിസന്ധിയിൽ ഞാൻ തിരിഞ്ഞത്. എനിക്കു സുപരിചിതരായ ദേവീദേവന്മാരുടെ വാതിലുകളിൽ

ഞാൻ മുട്ടി. തമിഴ്നാട്ടിലെ പ്രശസ്തങ്ങളും അജ്ഞാതങ്ങളുമായ അമ്പലങ്ങളിലൂടെ, യക്ഷിക്കഥകൾപോലെ രസകരങ്ങളായ അനവധി യാത്രകൾ എന്റെ പരവശതകൾ എനിക്കു സമ്മാനിച്ചു – മറക്കാൻ വയ്യാത്ത അനുഭവങ്ങൾ. ആ നിമിഷങ്ങൾക്കുവേണ്ടി എന്റെ വിഷമഘട്ടത്തോട് ഞാൻ നന്ദി പറയേണ്ടതുണ്ട്. എന്റെ നിലംപരിശാകലുകളെ കാലം അതിന്റെ അഴിച്ചു പണികളിലൂടെ മായ്ച്ചുകളഞ്ഞു.

ആ യാത്രകൾ എനിക്കു പ്രത്യേകമായും നല്കിയത് ഞാനൊരിക്കലും കൈവെടിയില്ലാത്ത ഒരു അറിവാണ്; വേദനിക്കുന്ന മനുഷ്യരെ, അവർ ധനികരോ യാചകരോ ആവട്ടെ, വിശ്വാസം, അതു കബളിപ്പിക്കൽ ആകുമ്പോൾപോലും, സമാശ്വസിപ്പിക്കുന്നു. ഇവിടെ മാർക്സിനെ അനുസ്മരിക്കാതെ വയ്യ. മതത്തെപ്പറ്റിയുള്ള അദ്ദേഹത്തിന്റെ പ്രസ്താവന കാണുക:

Religion is, indeed, the self-consciousness and self-esteem of man who has either not yet won through to himself, or has already lost himself again. But man is no abstract being squatting outside the world. Man is the world of man - state, society. This state and this society produce religion, which is an inverted consciousness of the world, because they are an inverted world. Religion is the general theory of this world, its encyclopaedic compendium, its logic in popular form, its spiritual point d'honneur, its enthusiasm, its moral sanction, its solemn complement, and its universal basis of consolation and justification. It is the fantastic realization of the human essence since the human essence has not acquired any true reality.

The struggle against religion is, therefore, indirectly the struggle against that world whose spiritual aroma is religion. Religious suffering is, at one and the same time, the expression of real suffering and a protest against real suffering. Religion is the sign of the oppressed creature, the heart of a heartless world, and the soul of soulless conditions. It is the opium of the people. The abolition of religion as the illusory happiness of the people is the demand for their real happiness. To call on them to give up their illusions about their condition is to call on them to give up a condition that requires illusions. The criticism of religion is, therefore, in embryo, the criticism of that vale of tears of which religion is the halo.

വിശ്വാസത്തിനു പകരം വെയ്ക്കാനുള്ളതിനെ അന്വേഷിച്ചുപോകാനുള്ള അവസരങ്ങൾ എല്ലാവർക്കും ലഭിച്ചുകൊള്ളണമെന്നില്ല. പലപ്പോഴും ഒരിക്കലും ലഭിക്കാറില്ല. എന്റെ ക്ഷേത്രപ്രദക്ഷിണങ്ങൾക്കുശേഷം ഞാൻ യാതൊരു വിശ്വാസിയേയും തള്ളിപ്പറഞ്ഞിട്ടില്ല. ഞാൻ ഒരിക്കൽ

എന്നിലുള്ള വിശ്വാസം നശിച്ച് അലഞ്ഞതെങ്ങനെയെന്ന് ഞാൻ മറക്കില്ല. പക്ഷേ, ദുഃഖിതനായ മനുഷ്യന്റെ മുമ്പിൽ കെണിയൊരുക്കുന്ന വിശ്വാസ വ്യാപാരിയേയും വിശ്വാസവിഷജന്തുവിനേയും ഞാൻ സർവശക്തി യോടെയും വെറുക്കുന്നു.

ജീവിതത്തിന്റെ ഒത്ത നടുവിലൂടെ നല്ലതിലും ചീത്തയിലും ആഴ്ന്നി റങ്ങി, ധാരാളം തെറ്റും കുറച്ചു ശരിയും ചെയ്ത്, തോന്നുംപോലെ സങ്കട പ്പെട്ടും സന്തോഷിച്ചും, സ്നേഹിച്ചും പിണങ്ങിയും പേടിച്ചും കടന്നു പോകുന്ന എന്നെപ്പോലെയൊരു ശരാശരി മനുഷ്യന് - വെറുമൊരു ഭൗതികജീവിക്ക് - ദൈവത്തിന്റെയും മതത്തിന്റെയും മിഥ്യകളെ മാറ്റി നിർത്തി വാസ്തവബോധത്തിൽ ജീവിക്കാൻ എന്താണു വഴി? ആ ആവശ്യപ്പെടൽ തന്നെയാണ് വഴി എന്നാണ് എന്റെയനുഭവം. എനിക്കു സംഭവിച്ചതുപോലെ അടികൊണ്ടു വീണാലും പൊടിതട്ടി എണീൽക്കു കയും വേണം. പ്രായമാകൽ എന്നു വിളിക്കുന്ന പ്രതിഭാസത്തിന് - കലണ്ടറിൽ എണ്ണുന്ന വയസ്സിന് - ഒറ്റ അർഥമേയുള്ളൂ - നമ്മെ കൈ യടക്കി വച്ചിരിക്കുന്ന മിഥ്യകളിൽനിന്നുള്ള വിമോചനം. ഓരോ വയസ്സും കൂടുമ്പോൾ ഒരു പടികൂടി സ്വാതന്ത്ര്യം സമ്പാദിക്കുക. ശൈശവ - ബാല്യ - കൗമാരങ്ങളിൽ നാം നിസ്സഹായരായതിനാൽ മിഥ്യകൾക്ക് വിധേയ രാണ്. ആ വിധേയത്വത്തിൽ നിന്നുള്ള മോചനപാതയാണ് ജീവിതപ്പാത - അതങ്ങനെയാകാൻ ആഗ്രഹിക്കുമ്പോൾ. ആ ആഗ്രഹമുണ്ടാവാൻ സമയപരിധിയൊന്നുമില്ല. വാർധക്യത്തെയും, മരണത്തെയും ദൈവ ങ്ങളെയും 'വിശുദ്ധ' ഗ്രന്ഥങ്ങളെയും പാരമ്പര്യത്തെയും - പ്രത്യയ ശാസ്ത്രത്തെയും ചൂണ്ടിക്കാട്ടി നമ്മെ വീണ്ടും ചങ്ങലയ്ക്കിടാൻ അനുവദി ക്കുന്നത് ജീവിതത്തെ ചവറ്റുകുട്ടയിലെറിയുന്നതിന് തുല്യമാണ് എന്നാ ണെന്റെ വിശ്വാസം. ദീപക് ചോപ്രയുടെയും (Deepak Chopra) റോണ്ടാ ബേണിന്റെയും (Rhonda Byrne) ദൈവാതീത നവ ആത്മീയതകളെ മനഃശാസ്ത്ര ചെപ്പടിവിദ്യകളായി കാണുന്നവരുണ്ട്. മത-ദൈവ-ആശ്രിത ത്വങ്ങളില്ലാതെ അവനവന്റെ കടമ്പകളെ കടക്കാനുള്ള മറുസാധ്യതകൾ അവയിൽ കണ്ടെത്തുന്നവരുമുണ്ട്. ഒരു കാര്യം തീർച്ചയാണ്. ആഗ്രഹ മുള്ളവർക്ക് സ്വതന്ത്രരാകാനുള്ള സാധ്യതകൾ വർധിക്കുന്നതേയുള്ളൂ.

160 വർഷം മുമ്പാണ് ലോകത്തിലെ ആദ്യത്തെ മാർക്സിസ്റ്റ് മതത്തെ പ്പറ്റി അഭിപ്രായം പറഞ്ഞത്. അദ്ദേഹത്തിന്റെ വാക്കുകളുടെ കൃത്യത വീണ്ടും കാണുക. (നേരത്തെ കൊടുത്ത ഉദ്ധരണിയുടെ ഉപസംഹാര മാണ് ഇത്.): "The criticism of religion disillusions man, so that he will think, act and fashion his reality like a man who has discarded his illusions and regained his senses, so that he will move around himself as his own true Sun. Religion is only the illusory Sun which revolves around man as long as he does not revolve around himself."

'മതത്തെ വിമർശിക്കുന്ന മനുഷ്യന്റെ മിഥ്യാബോധം ഇല്ലാതാകുന്നു. അവൻ മിഥ്യാമോചിതനായി, സ്വന്തം ബുദ്ധിശക്തി തിരിച്ചെടുത്തു

ചിന്തിക്കുകയും പ്രവർത്തിക്കുകയും സ്വന്തം യാഥാർഥ്യത്തെ കരുപ്പിടി പ്പിക്കുകയും ചെയ്യുന്നു. അവന്റെ യഥാർഥ സൂര്യൻ അവൻ തന്നെയായി ത്തീരുന്നു. അതിനുചുറ്റും അവൻ ചരിക്കുന്നു. മനുഷ്യൻ സ്വന്തം സൂര്യനു ചുറ്റും ചരിക്കാതിരിക്കുമ്പോൾ അവനു ചുറ്റും ചരിക്കുന്ന മായാ സൂര്യനാണു മതം.'

ഞാൻ തുടങ്ങിയിടത്തേക്കു മടങ്ങട്ടെ. എന്റെ അന്വേഷണങ്ങൾ കൊണ്ട് എന്തു ഫലമുണ്ടായി? പ്രത്യേകിച്ചൊന്നുമില്ല. ഞാൻ ഇവിടെ എന്നോടൊപ്പമുണ്ട്. പ്രപഞ്ചവും ഇവിടെയൊക്കെയുണ്ട്. മായാസൂര്യന്മാർ കത്തിജ്ജ്വലിക്കുന്നു. ജ്വലിക്കട്ടെ. സന്തോഷം. നന്ദി. സർവചരാചരങ്ങളും സുഖമായിരിക്കട്ടെ.

മലയാള മനോരമ വാർഷികപ്പതിപ്പ് 2014

ഇനിയും മരിച്ചിട്ടില്ലാത്ത എം. സുകുമാരൻ

എം. സുകുമാരന്റെ എഴുത്ത് മലയാള ആധുനികതയുടെ അവിഭക്ത ഭാഗമാണ്. ഇടതുപക്ഷ മൂല്യങ്ങളെ നേരിട്ടുൾക്കൊള്ളുന്ന ആധുനികത യിലാണ് അത് നിലകൊള്ളുന്നത്. ചെറുകാടിനെപ്പോലെ, ഒരു മാർക്സി സ്റ്റായി എഴുത്തിനെ സമീപിച്ച വ്യക്തിയാണ് അദ്ദേഹം. കമ്യൂണിസ്റ്റ് സ്വപ്നങ്ങൾ പങ്കുവെയ്ക്കാൻ പേനയെടുത്ത സുകുമാരൻ അവ മണ്ണടിഞ്ഞപ്പോൾ അവയുടെ ശേഷക്രിയയും രേഖപ്പെടുത്തി. പിന്നീട് ഏതാണ്ട് പൂർണമായും എഴുത്തിൽ നിന്നും പൊതുജീവിതത്തിൽനിന്നും പിന്മാറി. ജീവിച്ചിരിക്കവെ ഒരു ഓർമയായി മാറി.

ഒരു കലാകാരിയുടെ/കലാകാരന്റെ സ്വയംതമസ്കരണം സംസ്കാര സമ്പന്നയായ ഒരു സമൂഹത്തിന്റെ ശ്രദ്ധയാകർഷിക്കേണ്ടതാണ്. കാരണം, ആ സമൂഹത്തിന്റെ സർഗശേഷിയുടെ ഒരു കണ്ണ് അടഞ്ഞു പോകുകയാണ്. സമൂഹഭാവനയുടെ ഒരു ശബ്ദം നിലയ്ക്കുന്നു. കാതലായ എന്തോ ഒന്ന് ആ സമൂഹത്തിൽ മരിച്ചുതുടങ്ങി എന്നാണ് അതിന്റെ അർഥം. കലാകാരികളും കലാകാരന്മാരും വാഴ്ത്തപ്പെടുന്ന സമൂഹമാണ് കേരളം. പക്ഷേ, തിരോധാനങ്ങൾ അനേകമാണ്. പ്രശസ്ത രുടേയും അപ്രശസ്തരുടേയും. അതിന്റെ കാരണം അവരിൽ മാത്രം വായിച്ചാൽ മതിയാവില്ല, സമൂഹത്തിന്റെ ചുവരെഴുത്തുകളിലുംകൂടി വായിക്കേണ്ടതുണ്ട്. കലാകാരിയും കലാകാരനും ദ്വീപുകളല്ല.

എഴുത്ത് അവസാനിപ്പിച്ചതിന് സുകുമാരൻ നൽകുന്ന കാരണം അദ്ദേഹം സമീപകാലത്ത് പ്രദീപ് പനങ്ങാടിന് നൽകിയ അഭിമുഖത്തിൽ (ഭാഷാപോഷിണി വാർഷികപ്പതിപ്പ്, 2016) വായിക്കാം.

“സ്വസ്ഥത കിട്ടാൻ വേണ്ടിയാണ് ഞാൻ എഴുത്ത് നിർത്തിയത്. എഴുത്തിന് അസ്വസ്ഥതകളേ നൽകാൻ കഴിയൂ. കഥയെക്കുറിച്ചുള്ള ചിന്തകൾ മനസ്സിനേയും ശരീരത്തേയും ബുദ്ധിയേയും ബാധിക്കും. ആ ക്ലേശം അവസാനിപ്പിക്കാൻവേണ്ടിയാണ് എഴുത്ത് നിർത്തിയത്. കൂടുതലായി എനിക്കൊന്നും പറയാനില്ലെന്നും തോന്നി. പുതുതായി എന്തെങ്കിലും പറയാനുണ്ടെങ്കിലേ എഴുത്തുകൊണ്ട് പ്രയോജനമുള്ളൂ.

ഇനിയും എഴുതാൻ കഴിയുമെന്ന് തോന്നുന്നില്ല. ഇപ്പോൾ ഞാൻ സ്വസ്ഥ നാണ്."

സർഗശേഷിയുടെയും പ്രതിഭയുടെയും ജീവിതചക്രങ്ങൾ പഠിക്കുന്ന വർക്ക് സുകുമാരന്റെ ഈ പ്രസ്താവന അതിന്റേതായ അർഥത്തിൽ ഒരു ഉദാഹരണപാഠമായിത്തീരേണ്ടതാണ്. പക്ഷേ, ഈ നിർത്തിവെക്കലിൽ, അത്തരമൊരു വായനയ്ക്കപ്പുറത്ത്, എം. സുകുമാരൻ എന്ന കമ്യൂണിസ്റ്റു കാരന്റെ ഭൂതകാലം, അദ്ദേഹമത് ഈ സന്ദർഭത്തിൽ എടുത്തുപറയു ന്നില്ലായെങ്കിലും, മറ്റൊരു പങ്കുവഹിക്കുന്നുണ്ട്. പെരുമാൾ മുരുകന്റെ എഴുത്ത് നിർത്തലിനെ ഓർമ്മിപ്പിക്കുന്ന ഒന്നാണത്. കമ്യൂണിസ്റ്റ് പാർട്ടി യിൽ പ്രതീക്ഷയർപ്പിക്കുകയും അതിനുവേണ്ടി പ്രവർത്തിക്കുകയും ചെയ്ത എഴുത്തുകാരനായ ഒരു സുകുമാരനുണ്ടായിരുന്നു. പാർട്ടി പുറത്താക്കിയ സുകുമാരനുമുണ്ടായി. ഉറച്ച ഇടതുപക്ഷക്കാരനായി ത്തന്നെ തുടരുന്ന സുകുമാരനും നമ്മോടൊപ്പമുണ്ട്. ഇവയെ ചേർത്തു വായിച്ചെങ്കിലേ ഒരു പ്രത്യയശാസ്ത്രത്തിനുവേണ്ടി ഒരിക്കൽ ഹൃദയ പൂർവം എഴുതുകയും പ്രവർത്തിക്കുകയും ചെയ്ത ഒരു എഴുത്തുകാരന്റെ ആന്തരിക ചിത്രം പൂർത്തിയാകുകയുള്ളൂ, തന്റെ മൗനത്തിന് അദ്ദേഹം അത്തരമൊരു മാനം കൊടുക്കുന്നില്ലെങ്കിൽപോലും.

വിപ്ലവപ്രതീക്ഷകൾ നിറഞ്ഞ ആദ്യകാല കഥകളിൽനിന്ന് 'ശേഷ ക്രിയയിലേക്കുള്ള സുകുമാരന്റെ സർഗചക്രത്തിന്റെ തിരിയൽ കേരള ത്തിലെ കമ്യൂണിസ്റ്റ് പ്രസ്ഥാനത്തിന്റെ സാംസ്കാരികവും രാഷ്ട്രീയ വുമായ ജീർണിക്കലിന്റെ ചക്രംതിരിയൽ കൂടിയാണ് രേഖപ്പെടുത്തുന്നത്. മാനവികതയുടേയും സാംസ്കാരിക നവോത്ഥാനത്തിന്റേയും ദർശന ങ്ങളെ പ്രതി ആണയിട്ട ഒരു പ്രസ്ഥാനം എങ്ങനെ ദശകങ്ങൾക്കുള്ളിൽ മറ്റൊരു ഫ്യൂഡൽ പ്രഭുത്വമായി മാറി എന്നതിന്റെ ചരിത്രം സുകുമാരന്റെ എഴുത്തിന്റേയും എഴുത്ത് നിർത്തലിന്റേയും അടിസ്ഥാന പശ്ചാത്തല മാണ്. പുതുതായി ഒന്നും പറയാനില്ല എന്ന തോന്നലിലേക്ക് അദ്ദേഹത്തെ നയിച്ച ശൂന്യതാബോധത്തിന് പിന്നിലുള്ളത് താൻ സ്നേഹിച്ച, ഇന്നും സ്നേഹിക്കുന്ന ഇടതുപക്ഷത്തെ വിഴുങ്ങിയ തമോഗർത്തശൂന്യതകളുടെ തീക്ഷ്ണപ്രസരണങ്ങളാവാം.

എന്താണ് എം. സുകുമാരന്റെ ഇന്നത്തെ കമ്യൂണിസ്റ്റ് വീക്ഷണം? പ്രദീപ് പനങ്ങാടുമായുള്ള അദ്ദേഹത്തിന്റെ സംഭാഷണങ്ങളിൽനിന്ന് അത് വായിക്കാം. ഇടതുപക്ഷത്തിലും കമ്യൂണിസത്തിലും ഇപ്പോഴും വിശ്വാസമുണ്ടോ എന്ന ചോദ്യത്തിനുത്തരം:

"ഉണ്ട്. ഇടതുപക്ഷത്തിന് വലിയ പ്രസക്തിയുണ്ട്. മറ്റ് ആരാണ് ജനങ്ങൾക്കുവേണ്ടി നിലകൊള്ളുന്നത്? ജനങ്ങളെ രക്ഷിക്കാൻ ഇടതു പക്ഷത്തിനേ കഴിയൂ. പ്രത്യയശാസ്ത്രം വേറെ, പാർട്ടി വേറെ. എന്റെ ആശങ്ക അതല്ല, ഇന്ത്യയിൽ ദാരിദ്ര്യവും പട്ടിണിയുമൊക്കെ കൂടിവരുന്നു. ജാതി, മത വർഗീയതയും വളരുന്നു. പക്ഷേ, ഇന്ത്യയിലെ ഇടതുപക്ഷം

വളരുന്നില്ല. മുന്നിലേക്ക് എത്താൻ കഴിയുന്നില്ല. ഇത് എന്നെ കുഴയ്ക്കുന്ന ചോദ്യമാണ്. ഇടതുപക്ഷത്തിന്നപ്പുറത്തേക്ക് ഒന്നുമില്ല. അതാണ് അവസാന ആശ്രയം."

ഈ കമ്യൂണിസ്റ്റുകാരനെയാണ് പാർട്ടി പുറത്താക്കിയത്. അന്ന് പാർട്ടി സെക്രട്ടറി ഇ.കെ.നായനാർ ആയിരുന്നു. 'ശേഷക്രിയ'യുടെ പ്രസിദ്ധീകരണം നിർത്തിവെക്കാൻ 'കലാകൗമുദി'യിൽ സമ്മർദ്ദം ചെലുത്തുകയും ചെയ്തു.

സുകുമാരന്റെ പ്രസ്താവനയിൽ അദ്ദേഹത്തെ വീണ്ടും കണ്ണു ചുളിച്ചു നോക്കാൻ പാർട്ടിയെ പ്രേരിപ്പിച്ചേക്കാവുന്ന രണ്ട് ചെറുവാചകങ്ങളുണ്ട്.

"പ്രത്യയശാസ്ത്രം വേറെ, പാർട്ടി വേറെ." ഇത് കേരളത്തിലെ പാർട്ടിക്ക് താങ്ങാവുന്ന ഒന്നല്ല. ഹൃദയത്തിലും പ്രവൃത്തിയിലും ചിന്തയിലും നിങ്ങൾ ഒരു നല്ല കമ്യൂണിസ്റ്റുകാരനായതുകൊണ്ട് എന്തു കാര്യം? പാർട്ടിയുടെ ആജ്ഞാനുവർത്തി ആയില്ലെങ്കിൽ നിങ്ങളുടെ കമ്യൂണിസം വ്യർഥം എന്നു മാത്രമല്ല, നിങ്ങൾ ഒരു അപകടകാരി കൂടിയാണ്. ലെനിന്റേയും സ്റ്റാലിന്റേയും റഷ്യയിലായിരുന്നുവെങ്കിൽ വെടിവെച്ച് കൊല്ലപ്പെടേണ്ട ഒരു ശത്രു. പക്ഷേ, സുകുമാരനെപ്പോലെ ഹൃദയത്തിൽ ഇടതുപക്ഷക്കാരായ മലയാളികളുടെ പിന്തുണയാണ് കമ്യൂണിസത്തെ ഇവിടെ നിലനിർത്തുന്നത്. അതിന് തിരഞ്ഞെടുപ്പ് വിജയങ്ങൾ നല്കുന്നത്. ആ പിന്തുണയാണ് ഇന്ന് പാർട്ടിക്ക് ചോർന്നുപൊയ്ക്കൊണ്ടിരിക്കുന്നത്.

മറ്റൊരു ചോദ്യത്തിനുത്തരമായി സുകുമാരൻ പറയുന്നു:

"(ഒ.വി.) വിജയൻ മാത്രമല്ല, ആനന്ദുമൊക്കെ (പാർട്ടിയെ) വിമർശിച്ചല്ലോ? കമ്യൂണിസത്തിന് എതിരായതുകൊണ്ടല്ല അങ്ങനെ ചെയ്തത്. കമ്യൂണിസത്തെ അംഗീകരിച്ചുകൊണ്ടുതന്നെ വിമർശിക്കുകയാണ്."

ഇടതുപക്ഷത്തിന്റെ സുഹൃത്തുക്കളുടെയും അഭ്യുദയകാംക്ഷികളുടെയും നാവിൻതുമ്പത്തുള്ള വാക്കുകളാണിവ. ഇ.എം.എസ്സിനെപ്പോലെയുള്ള വിശാലവീക്ഷണവും സഹിഷ്ണുതയും നഷ്ടപ്പെട്ട പാർട്ടി ബ്യൂറോക്രാറ്റുകൾക്ക് അംഗീകരിക്കാൻ കഴിയാതെ പോയ യാഥാർഥ്യങ്ങൾ. 1993-ൽ ഇ.എം.എസ് തെറ്റ് തിരുത്തുമ്പോഴേക്കും സാംസ്കാരിക അസഹിഷ്ണുതയുടെ മനോരോഗം മാറാരോഗമായികഴിഞ്ഞിരുന്നു.

സുകുമാരൻ എന്ന കമ്യൂണിസ്റ്റുകാരൻ സൗമ്യതയോടെ ചോദിക്കുന്നു: "ഞാൻ പാർട്ടിയോട് കലഹിക്കാനൊന്നും പോയില്ലല്ലോ. നോവൽ എഴുതുക മാത്രമല്ലേ ചെയ്തുള്ളൂ?"

ഇതിന്റെയുത്തരം, കേരള കമ്യൂണിസ്റ്റ് പാർട്ടിയുടെ ലെനിനിസ്റ്റ് - സ്റ്റാലിനിസ്റ്റ് മനോവിഭ്രാന്തി ഏത് പിതൃരാജ്യത്തുനിന്ന് ഇറക്കുമതി ചെയ്യപ്പെട്ടോ അവിടത്തെ എഴുത്തുകാരിൽനിന്നും കലാകാരന്മാരിൽ നിന്നും ലഭിക്കും. അന്നാ അഖ്മത്തോവ, ബോറിസ് പാസ്റ്റർനാക്,

മിഖൈൽ സോഷെൻകോ, സെർഗി ഐസൻസ്റ്റൈൻ, ദ്മിത്രി ഷോസ്റ്റാക്കോവിച്ച്, സെർഗി പ്രോക്കോഫിയേഫ്, അലക്സാണ്ടർ സോൾഷെനിറ്റ്സിൻ, ആൻഡ്രി സഖറോവ് തുടങ്ങി ആയിരക്കണക്കിന് പേരുകളടങ്ങുന്നതാണ് റഷ്യൻ കമ്യൂണിസം ചവിട്ടിമെതിച്ച എഴുത്തുകാരുടേയും ചിന്തകരുടേയും കലാകാരന്മാരുടേയും പട്ടിക. ഇ.എം.എസിന്റെ തിരുത്ത് ഇന്ന് ഒരു തിരുശേഷിപ്പ് മാത്രമാണ്. പാർട്ടിയുടെ തലച്ചോറിൽ മുദ്രണം ചെയ്യപ്പെട്ട സങ്കുചിതത്വം ഇ.എം.എസിന്റെ അക്ഷര വൈദഗ്ധ്യംകൊണ്ട് മാറുന്നതല്ല. ലെനിനിസ്റ്റ്-സ്റ്റാലിനിസ്റ്റ് സ്വേച്ഛാധിപത്യത്തിന്റെ മോഹനസ്വപ്നത്തിലേക്ക് കാന്തത്തിലേക്ക് ഇരുമ്പെന്നപോലെ പാഞ്ഞുപോയ ഒരു പ്രസ്ഥാനത്തിന്റെ നിർഭാഗ്യകരമായ കഥയാണ് സുകുമാരന്റെ ആ രണ്ട് ചോദ്യങ്ങളിൽ ചുരുങ്ങുന്നത്.

കമ്യൂണിസ്റ്റ് പ്രസ്ഥാനത്തിലേക്ക് വന്നത് എന്തുകൊണ്ട് എന്ന ചോദ്യത്തിന് സുകുമാരൻ പറയുന്ന മറുപടി, കമ്യൂണിസം കേരളത്തിൽ ഹൃദയഹാരിയായ ഒരു വാഗ്ദാനമായിരുന്ന കാലത്തിന്റെ സ്വരമാണ്:

"പുതിയ ആശയങ്ങളും ചിന്തകളും പടരുന്ന കാലമായിരുന്നു അത്. അതിന്റെ ജ്വാല എന്നിലേക്കും പടർന്നു. അല്ലാതെ നിശ്ചയിച്ചുറപ്പിച്ചു വന്നതല്ല. അക്കാലത്തെ യുവാക്കളിൽ കമ്യൂണിസത്തിന്റെ വലിയ സ്വാധീനമുണ്ടായിരുന്നു. അധ്യാപകരും വിദ്യാർഥികളുമെല്ലാം അതിലേക്ക് വന്നു. ഞാനും അങ്ങനെ കമ്യൂണിസ്റ്റായി."

താനൊരു സാധാരണ പ്രവർത്തകൻ മാത്രമായിരുന്നു എന്ന് സുകുമാരൻ തുടർന്നു പറയുന്നു. നേതൃത്വത്തിലേക്ക് എത്താനുള്ള താത്പര്യം ഉണ്ടായിരുന്നില്ല. ജാഥകളിൽ പോകുമ്പോൾ മനസ്സ് എഴുത്തിലായിരുന്നു. പാർട്ടി ഓഫീസിൽ പോകുകയോ അവിടെയിരുന്ന് പത്രം വായിക്കുകയോ ചെയ്തില്ല. നേതാക്കളോട് സൗഹൃദമൊന്നും ഉണ്ടാക്കിയിട്ടില്ല. മറ്റു വാക്കുകളിൽ, സുകുമാരൻ ഒരു കരിയർ കമ്യൂണിസ്റ്റ് ആയിരുന്നില്ല. ഹൃദയത്തിലും നിലപാടുകളിലുമായിരുന്നു അദ്ദേഹത്തിന്റെ കമ്യൂണിസം. പക്ഷേ, അതുകൊണ്ട് പാർട്ടിക്കെന്ത് പ്രയോജനം? അങ്ങനെ ചിന്തിച്ച ഒരു പാർട്ടി ഇന്ത്യയിലെ ഏറ്റവും വളർച്ച മുരടിച്ച രാഷ്ട്രീയ പാർട്ടിയായി തീർന്നതിൽ എന്തദ്ഭുതം?

തന്നെ പാർട്ടിയിൽ നിന്ന് പുറത്താക്കിയതിനെപ്പറ്റി സുകുമാരൻ പറയുന്നു:

"ഞാൻ പാർട്ടിയുടെ നേതാവുമൊന്നുമായിരുന്നില്ലല്ലോ. അല്ലെങ്കിൽ കമ്മിറ്റികളിൽ ഏതെങ്കിലും സ്ഥാനം, പദവി അതൊന്നും ഞാൻ ആഗ്രഹിച്ചിരുന്നില്ല. സാധാരണ പ്രവർത്തകൻ മാത്രമായിരുന്ന എന്നെ പുറത്താക്കിയതുകൊണ്ട് പാർട്ടിക്ക് എന്തെങ്കിലും ഗുണമുണ്ടായോ? എനിക്കറിയില്ല, ആർക്കും ഒന്നും സംഭവിച്ചില്ല."

പുറത്താക്കൽ ഒരു അധികാരപ്രകടനമാണ്. എം. സുകുമാരൻ എന്ന കമ്യൂണിസ്റ്റുകാരനെ പാർട്ടിയിൽ നിന്ന് പുറത്താക്കാൻ ഒരു പൂമ്പാറ്റയെ

അടിച്ചുകൊല്ലുന്ന അധ്വാനമേ വേണ്ടിവന്നിരിക്കുകയുള്ളൂ. പക്ഷേ, ഇന്ന് പാർട്ടിയുടെ യജമാനന്മാരായി മാറിയിരിക്കുന്ന വെള്ളക്കോളർ വർഗ ങ്ങളിലെ അഴിമതിയിലും നിഷ്ക്രിയത്വത്തിലും മുങ്ങിയ ജനശത്രുവായ ഒരു പാർട്ടിയംഗത്തെ പുറത്താക്കുകപോകട്ടെ, ഒരു തൂവൽ ചൂണ്ടി ചോദ്യം ചെയ്യാൻപോലും പാർട്ടിക്ക് ആത്മബലമില്ല എന്നതാണ് സത്യം. ആ അവസ്ഥ നിലനിൽക്കുന്നിടത്തോളംകാലം ഇന്നത്തെ ഭരണകൂടത്തി നുണ്ട് എന്ന് നാം വിശ്വസിക്കുന്ന സദുദ്ദേശ്യങ്ങൾ നമ്മുടെ കൺമുന്നിൽ ഭസ്മമാകുന്നത് കാണാൻ അധികകാലം വേണ്ട.

'ശേഷക്രിയ'യുടെ പശ്ചാത്തലത്തിൽ സുകുമാരൻ ഇന്നത്തെ പാർട്ടിയെ നോക്കിക്കാണുന്നത് ഇങ്ങനെയാണ്:

"ശേഷക്രിയ'യ്ക്ക് ഇന്നും പ്രസക്തിയുണ്ടെന്ന് ഞാൻ വിശ്വസിക്കുന്നു. അന്നത്തേതിനേക്കാൾ പാർട്ടി ജീർണിച്ചു. അന്ന് പറഞ്ഞ വിമർശങ്ങ ളൊക്കെ ഇന്നും നിലനിൽക്കുന്നു. നമ്മൾ മുതലാളിത്തത്തെ തോൽപി ക്കാൻ വേണ്ടിയാണ് പാർട്ടി ഉണ്ടാക്കിയത്. പക്ഷേ, നാം മുതലാളിത്ത ത്തിന്റെ ഭാഗമായിക്കഴിഞ്ഞു. ആസ്തിയും കെട്ടിടങ്ങളും വലിയ മാധ്യമ ങ്ങളുമൊക്കെയുണ്ടായി. മുതലാളിത്തത്തിന്റെ പാതയിലൂടെയാണ് പാർട്ടിയും സഞ്ചരിക്കുന്നത്. പക്ഷേ, മറ്റൊരുവശം ചിന്തിച്ചാൽ അത് അനിവാര്യമാണെന്ന് തോന്നാം. വലതുപക്ഷത്തിന്റെ സമീപനങ്ങളേയും നിലപാടുകളേയും തുറന്നുകാട്ടാൻ വലിയ മാധ്യമങ്ങളും ചാനലുകളു മൊക്കെ വേണം. അവരെ തോൽപിക്കാൻ അതേ നാണയത്തിൽതന്നെ തിരിച്ചടിക്കണം. ഈ വൈരുധ്യം നിലനിൽക്കുന്നുണ്ട്."

ഇങ്ങനെയൊരു അടിസ്ഥാന വൈരുധ്യം നിലനിൽക്കുന്നുവെന്ന് മറന്നുപോകുന്ന കമ്യൂണിസമാണ് കേരളത്തിലുള്ളത്. മൂലധനത്തിൽ തൊട്ടതും അത് എല്ലാം മറന്ന് മുതലാളിയായി. അധികാരത്തിൽ തൊട്ടതും അത് അധികാരത്തിൽ വിലയം പ്രാപിച്ചു. തൊഴിലിനെ തൊട്ടതും അത് തൊഴിലിനെ മുതലാളിത്തത്തേക്കാൾ അധഃപതിച്ച നോക്കുകൂലിപോലെയുള്ള വൈകൃതങ്ങളിൽ തളച്ചിട്ടു.

എം. സുകുമാരൻ എന്ന കമ്യൂണിസ്റ്റുകാരനായ എഴുത്തുകാരന്റെ തിരോധാനം അടയാളപ്പെടുത്തുന്നത് കേരളത്തിലെ മനുഷ്യപ്പറ്റുള്ള കമ്യൂണിസത്തിന്റെ തിരോധാനംകൂടിയാണ്. പൊലീസ് അകമ്പടിയും വിളക്ക് വെച്ച കാറും പോലെയുള്ള പരിഹാസ്യങ്ങളായ ഫ്യൂഡൽ-കൊളോണിയൽ അധികാരചിഹ്നങ്ങളിൽ അഭിരമിക്കുന്ന ഒരു കമ്യൂണിസ ത്തെയാണ് ഇന്ന് നാം കാണുന്നത്. ഇത്തരം മയങ്ങിവീഴലുകളിൽ കമ്യൂണിസ്റ്റുകാരനും കോൺഗ്രസ്സുകാരനും കേരള കോൺഗ്രസ്സുകാരനു മായി എന്തു വ്യത്യാസം? കമ്യൂണിസ്റ്റുകാരനും മുസ്ലീംലീഗുകാരനും ബി.ജെ.പിക്കാരനുമായി എന്തു വ്യത്യാസം? മരണമാണ് ഏറ്റവും വലിയ നിരപ്പാക്കൽകാരൻ എന്നൊരു പഴഞ്ചൊല്ലുണ്ട്. അല്ല, അധികാരമാണ്. പ്രായം തൊണ്ണൂറുകളിൽ എത്തിയിട്ടും, പദവികൾക്കും സൗധങ്ങൾക്കും

അധികാരത്തിന്റെ പുറംപൂച്ചുകൾക്കും വേണ്ടി രക്തം വിയർക്കുന്ന കമ്യൂണിസ്റ്റുകളെ കാണുക. അത്തരക്കാർ യാദൃച്ഛികതകളല്ല. വിപ്ലവ വാചാലതകൾക്ക് പിന്നിൽ പലപ്പോഴും ഒരു ഫ്യൂഡൽ ഭൂതാവിഷ്ടനു മുണ്ട്. സുകുമാരൻ എന്ന വ്യക്തി എന്നെ അദ്ഭുതപ്പെടുത്തി. അദ്ദേഹ ത്തിൽ പ്രത്യക്ഷപ്പെട്ടത് സൗമ്യതയും പ്രസന്നതയും സൗഹാർദവുമാണ്. കാലുഷ്യമോ പരിഭവമോ അല്ല. ഇതോ ഒരു കമ്യൂണിസ്റ്റുകാരൻ, ഞാൻ ചിന്തിച്ചു. കാരണം, ആ സ്വഭാവങ്ങളെല്ലാം കേരളത്തിലെ കമ്യൂണിസ ത്തിൽനിന്ന്, ചില അപവാദങ്ങളൊഴിച്ചാൽ, അപ്രത്യക്ഷമായ മനുഷ്യ പ്പറ്റിന്റെ മുദ്രകളാണ്.

മാധ്യമം ആഴ്ചപ്പതിപ്പ് 2016 സെപ്തംബർ 26

ജെയിംസ് ജോയ്സും ഒരു കരിമ്പുലിയും

സാക്ഷാൽ ജെയിംസ് ജോയ്സ് ഒരു രാത്രി പേടിച്ചിറങ്ങിയോടിയ പീരങ്കിപ്പുര ഡബ്ളിനിൽനിന്ന് 13 കിലോമീറ്റർ അകലെയൊരു കടൽത്തീരത്താണ്. അദ്ദേഹം ഇറങ്ങിയോടിയെന്നതു മാത്രമല്ല അതിന്റെ പ്രശസ്തി, ജോയ്സിന്റെ ഏറ്റവും മഹത്തായ കൃതിയും, നോവൽ-കഥാസങ്കല്പങ്ങളെ എന്നെന്നേക്കുമായി പൊളിച്ചടുക്കിയ ആധുനികതയുടെ പടവാളുമായ 'യൂളിസസി' (Ulysses)ന്റെ തുടക്കത്തിലെ സംഭവങ്ങൾ നടക്കുന്നത് ഈ 40 അടി ഉയരമുള്ള വൃത്തഗോപുരത്തിന്റെ വട്ടമുറികളിലും നടക്കല്ലുകളിലും പീരങ്കിത്തട്ടിലുമാണ്. മാലക്കി ബക്ക് മ്യൂളിഗനും (Malachi 'Buck' Mulligan) സ്റ്റീവൻ ഡേഡലസും (Stephen Dedalus) കുശുമ്പും കുത്തുവാക്കും നാട്ടുവർത്തമാനവും പറഞ്ഞുകൊണ്ട് പ്രഭാതകൃത്യങ്ങളിലേർപ്പെടുകയും സന്ദർശകനായ ഹേയ്ൻസിനോടൊപ്പം (Haines) നീന്താൻ പോകുകയും ചെയ്യുന്നത് ഇവിടെയാണ്. ജോയ്സ് 'യൂളിസസി'ൽ അനശ്വരമാക്കിയ ആ ഒരു ദിവസത്തിന്റെ -1904 ജൂൺ 16 - ആരംഭം ഇവിടെയാണ്. അദ്ദേഹം പലായനം ചെയ്യാനിടയാക്കിയ സംഭവത്തെപ്പറ്റിയുള്ള പരാമർശം മ്യൂളിഗന്റേയും സ്റ്റീവന്റേയും സംഭാഷണത്തിൽ വന്നുചേരുന്നുണ്ട്: രാത്രിക്കുണ്ടായ ഒരു കരിമ്പുലി പ്രശ്നം. ജോയ്സ് പക്ഷേ, അങ്ങനെയൊരു പ്രഭാതം അവിടെ ചെലവഴിച്ചില്ല എന്നതാണു വാസ്തവം. കരിമ്പുലി വന്ന രാത്രി വെളുക്കുമ്പോഴേക്കും അദ്ദേഹം ഡബ്ലിനിൽ എത്തിക്കഴിഞ്ഞിരുന്നു.

ഡബ്ലിനിലെ സുഹൃത്തുക്കൾ സന്തോഷ് ജോസഫും (ഇപ്പോൾ സിഡ്നിയിൽ) ജീവൻ വർഗീസുമൊത്ത് ഞാൻ ആ പീരങ്കിക്കോട്ടയിരിക്കുന്ന കടപ്പുറത്തെത്തുന്നത് കാറ്റും വെയിലും നീലാകാശവും വെൺമേഘങ്ങളും, കടൽക്കാക്കകളുടെ കരച്ചിലും നീന്താനും സൂര്യസ്നാനം ചെയ്യാനും വന്നവരുടെ വിദൂരരൂപങ്ങളും ഒന്നുചേർന്നിണക്കിയ പ്രശാന്തമായ ഒരു മധ്യാഹ്നത്തിലാണ്. പാറക്കെട്ടുകൾക്കിടയിൽ കുടുങ്ങിയ നീലജലാശയങ്ങളും ചിതറിക്കിടക്കുന്ന വെള്ള മണൽപ്പുറങ്ങളും ചക്രവാളത്തിൽ അറ്റ്ലാന്റിക് സമുദ്രത്തിന്റെ നീലിമയും കടലിലെ വിനോദനൗകകളും തീരത്തെ ഭവനങ്ങളുടെ ധവളരൂപങ്ങളും ചേർന്നു രൂപം

കൊടുക്കുന്ന സ്കോട്സ്മാൻസ് ബേ (Scotsman's Bay) എന്ന ഉൾക്കടലിന്റെ വിശാല ചന്ദ്രക്കലയിലാണ് സാൻഡികോവ് (Sandy Cove) എന്നു പേരുള്ള മണൽത്തീരവും ബോട്ട് ജെട്ടിയും പറ്റിപ്പിടിച്ചിരിക്കുന്നത്. തീരത്തുനിന്ന് തിട്ടയായി പൊങ്ങുന്ന ഒരുയർന്ന ഇടത്തിലാണ്, ജെയിംസ് ജോയ്സ് അവിടെയെത്തുന്ന 1904-ൽ നൂറു വർഷത്തോളം പഴക്കമുണ്ടായിരുന്ന, പട്ടാളഗോപുരം സ്ഥിതിചെയ്യുന്നത്.

19-ാം നൂറ്റാണ്ടിൽ, നെപ്പോളിയന്റെ പടയോട്ടക്കാലത്ത്, അന്ന് ബ്രിട്ടന്റെ അധീനതയിലായിരുന്ന അയർലൻഡിന്റെ തീരസംരക്ഷണത്തിന് ബ്രിട്ടൻ നിർമിച്ച കുറെയേറെ ചെറു സായുധക്കോട്ടകളിലൊന്നാണിത്. ഇന്നിത് ജെയിംസ് ജോയ്സ് ടവർ ആൻഡ് മ്യൂസിയമാണ്. ഇതാണ് ജോയ്സിന് അയർലൻഡിലുള്ള പ്രധാന സ്മാരകം. അതിന്റെ താഴത്തെ നിലയിൽ ജോയ്സിന്റെ ജീവിതവൃത്താന്തങ്ങളടങ്ങിയ മ്യൂസിയവും മുകളിൽ അദ്ദേഹം അവിടെ താമസിച്ചപ്പോഴുള്ള സംവിധാനങ്ങൾ പുനരാവിഷ്കരിച്ചിരിക്കുന്ന രണ്ടു മുറികളുമാണ്.

ഡബ്ലിൻ നഗരമധ്യത്തിൽ, ഫ്ളീറ്റ് സ്ട്രീറ്റിന്റെ നടപ്പാതയിൽ ആൾ വലുപ്പത്തിൽ തറയിൽ നിൽക്കുന്ന രസകരമായ ഒരു പ്രതിമയും ജോയ്സിന്റെ സ്മരണയ്ക്കായുണ്ട്. പിണച്ച കാലുകളും പിന്നിലേക്ക് ഊന്നിപ്പിടിച്ച വോക്കിങ് സ്റ്റിക്കുമായി ജോയ്സ് ഒരു ചെറു പുഞ്ചിരിയോടെ തലയുയർത്തിപ്പിടിച്ച് വിദൂരതയിലേക്കു നോക്കിനിൽക്കുന്നു. 1990-ൽ 'ബ്ലൂംസ്ഡേ'യിലാണ് ഇതു സ്ഥാപിച്ചത് ('യൂളിസസി'ന്റെ മുഖ്യകഥാപാത്രം ഡബ്ലിൻകാരനായ ലിയോപോൾഡ് ബ്ലൂം (Leopold Bloom) ആണ്. ആദ്യം സൂചിപ്പിച്ചതുപോലെ അയാളുടെ 1904 ജൂൺ 16 എന്ന ഒരു ദിവസമാണ് 'യൂളിസസി'ന്റെ ഇതിവൃത്തം. ജോയ്സ് ആരാധകർ ജൂൺ 16 ബ്ലൂംസ് ഡേ-ബ്ലൂമിന്റെ ദിനം - ആയി ആഘോഷിക്കുന്നു) അങ്ങനെ കഥ പറയലിനെ സർവനിബന്ധനാമോചിതമാക്കിയ എഴുത്തുകാരൻ താൻ എന്നെന്നേക്കുമായി ഉപേക്ഷിച്ചുപോയ, എന്നാൽ തനിക്കു പ്രിയങ്കരമായിരുന്ന, ഡബ്ലിൻ നഗരത്തിന്റെ നടുവിൽ, ആൾക്കൂട്ടത്തിലൊരുവനായി, തിരിച്ചറിയപ്പെട്ടും അല്ലാതെയും, ശ്രദ്ധിക്കപ്പെട്ടും അല്ലാതെയും പ്രപഞ്ചത്തിലേക്കു മന്ദഹാസത്തോടെ ദൃഷ്ടി പായിച്ചുകൊണ്ടു നിലകൊള്ളുന്നു.

ജോയ്സ് വാസ്തവത്തിൽ വളരെ കുറച്ചു കാലമേ അയർലൻഡിൽ ജീവിച്ചുള്ളൂ. 1904-ൽ 22-ാം വയസ്സിൽ കാമുകി നോറ ബാർണക്ളുമായി അയർലൻഡ് വിട്ടുപോയ അദ്ദേഹം 1941-ൽ, 59-ാം വയസ്സിൽ, സ്വിറ്റ്സർലൻഡിലെ സൂറിക്കിൽ വച്ച് മരിക്കുംവരെ സ്വയം നാടുകടത്തിയവനായി ജീവിച്ചു. ഹ്രസ്വമായ മൂന്നു ഡബ്ലിൻ സന്ദർശനങ്ങൾ മാത്രമേ ഈ കാലഘട്ടത്തിൽ അദ്ദേഹം നടത്തിയുള്ളൂ. അവസാനത്തേത് 1912-ൽ ആയിരുന്നു. തന്റെ കഥാപാത്രമായ സ്റ്റീവൻ ഡേഡലസിലൂടെ അദ്ദേഹം നടത്തുന്ന പ്രസിദ്ധമായ പ്രസ്താവന ഈ അവസ്ഥയുടെ ഒരു പ്രവചനമാണ്: 'എനിക്ക് വിശ്വാസമില്ലാതായിത്തീർന്നതിനെ ഇനി ഞാൻ സേവിക്കില്ല - അതിന്റെ പേര് വീട് എന്നോ, പിതൃദേശം എന്നോ സഭ

എന്നോ ആവട്ടെ. എന്റെ പ്രതിരോധത്തിന് ഞാൻ അനുവദിച്ചിരിക്കുന്നത് മൂന്ന് ആയുധങ്ങളാണ്: മൗനം, നാടുവിടൽ, സൂത്രശാലിത്വം (Silence, exile and cunning). പ്രായോഗികബുദ്ധിയോ അതിജീവനപരതയോ വെട്ടിപ്പിടിക്കൽ ശേഷിയോ ഇല്ലാത്ത തന്നെപ്പോലെയുള്ള ഒരു കലാകാരന്റെ അവസാനത്തെ കച്ചിത്തുരുമ്പുകളെപ്പറ്റിയാണ് അദ്ദേഹം പറയുന്നത് എന്നു കരുതണം.

'യൂളിസസി'ന്റെ ഒന്നാം വാചകത്തിൽ ജോയ്സ് അവതരിപ്പിക്കുന്ന ബക്ക് മ്യൂളിഗന്റെ യഥാർഥ നാമം സാഹിത്യ വിദ്യാർഥികൾക്കറിയാവുന്നതുപോലെ ഒലിവർ സെന്റ് ജോൺ ഗോഗർട്ടി (Oliver St. John Gogarty) എന്നാണ്. വൈദ്യവിദ്യാർഥിയായ ഗോഗർട്ടി ഒരു രസികനായിരുന്നു. ജോയ്സിന്റെ വിശ്വസ്ത സുഹൃത്തും സഹായിയുമായിരുന്നു. എഴുത്തുകാരനും രാഷ്ട്രീയക്കാരനും ഉഴപ്പനും പരിഹാസ വിദഗ്ധനും പണക്കാരനും ആയിരുന്നു. ജോയ്സിനെ, കടം കൊടുത്തും മറ്റുവിധത്തിലും സഹായിച്ചിരുന്നു. എന്നാൽ തന്റെ കുത്തുവാക്കുകളും പരിഹാസവും കൊണ്ടു പീഡിപ്പിക്കുകയും ചെയ്തിരുന്നു. ഗോഗർട്ടിയായിരുന്നു സാൻഡി കോവിലെ സേന കൈയൊഴിഞ്ഞ ഗോപുരം ബ്രിട്ടീഷ് പട്ടാള വകുപ്പിൽനിന്ന് വാടകയ്ക്കെടുത്തത്. ഗോഗർട്ടി പിൽക്കാലത്ത് അയർലൻഡിലെ സാഹിത്യ-സാമൂഹിക-രാഷ്ട്രീയ രംഗങ്ങളിൽ പ്രശസ്തനായിത്തീർന്നു. 1957-ൽ മരിച്ച അദ്ദേഹം ജീവിതത്തിന്റെ അവസാന 18 വർഷങ്ങൾ അമേരിക്കയിലാണ് ചെലവഴിച്ചത്. ഡബ്ലിനിലെ അദ്ദേഹത്തിന്റെ നാമത്തിലുള്ള 'പബ്' - മദ്യശാല - പ്രശസ്തവും തിരക്കേറിയതുമാണ്.

ഇരുപത്തിരണ്ടു വയസ്സുകാരനായ ജോയ്സ് അക്കാലത്ത് എഴുത്തിലേക്കു പ്രവേശിക്കുന്നതേയുള്ളൂ. ഗോഗർട്ടിയും നവാഗത എഴുത്തുകാരനാണ്. ജോയ്സ് മദ്യപാനത്തിലും എത്തുംപിടിയുമില്ലാത്ത ജീവിതത്തിലും വ്യാപൃതനാണ്. ഒപ്പം പൂർണദരിദ്രനും. കടം വാങ്ങൽ ഒരു യജ്ഞമാക്കിയിരിക്കുന്നു. സുഹൃത്തുക്കൾ പലരും കടം കൊടുക്കാതായിരിക്കുന്നു. ഒരു ദിവസം മദ്യപിച്ച് വഴക്കുണ്ടാക്കി അടികൊണ്ടു വീണു. സ്വന്തം വീട്ടിൽനിന്നു താമസം മാറ്റിക്കഴിഞ്ഞിരുന്ന ജോയ്സ് വാടക പ്രശ്നംകൊണ്ടും മറ്റും ഒരു അഭയാർഥിയായി മാറി. ഇതിനിടയിൽ അദ്ദേഹം പിയാനോ പഠിച്ചുതുടങ്ങി (ജോയ്സ് നല്ല പാട്ടുകാരനായിരുന്നു. Tenor അഥവാ മേൽസ്ഥായിയിലുള്ള അദ്ദേഹത്തിന്റെ പാട്ട് ശ്രോതാക്കൾ ഇഷ്ടപ്പെട്ടിരുന്നു.) എല്ലാം കടംവാങ്ങലിന്റെ ബലത്തിലാണു നടന്നത്. പിയാനോ പഠനത്തിനായി മക് കെർണൻ എന്ന കുടുംബത്തിന്റെ ഒരു മുറി വാടകയ്ക്കെടുത്തു. പക്ഷേ, വാടക മുടങ്ങി അവിടം വിടേണ്ടി വന്നു.

അങ്ങനെ 1904 ജൂൺ 15ന് അദ്ദേഹം സുഹൃത്തുക്കളായ ജെയിംസ് - ഗ്രേറ്റാ ദമ്പതികളുടെ വീട്ടിൽ സ്ഥലം പിടിച്ചു. ജൂൺ 16 എന്ന പിറ്റേ ദിവസം ജോയ്സിന്റെ ജീവിതത്തിൽ ഒരു വൻ പരിണാമത്തിന്റെ ദിവസമായിരുന്നു. ജൂൺ 10ന് നഗരത്തിന്റെ നടപ്പാതയിൽ വച്ചുകണ്ട ഒരു

പെൺകുട്ടിയിൽ ജോയ്സ് ആകൃഷ്ടനായി. നോറ ബാർണക്ൾ (Nora Barnacle) എന്നായിരുന്നു അവളുടെ പേര്. നോറ ഒരു ഹോട്ടലിലെ ശുചീകരണ ജോലിക്കാരിയായിരുന്നു. ജോയ്സ് അവളോട് സ്വയം പരിചയപ്പെടുത്തുകയും ജൂൺ 14ന് വീണ്ടും കാണാമെന്ന് ഇരുവരും തീരുമാനിക്കുകയും ചെയ്തു. പക്ഷേ, 14ന് അവൾ വന്നില്ല. 15ന് ജോയ്സ് സങ്കടപൂർവം അവൾക്കൊരു കത്തു കൊടുത്തയച്ചു. അങ്ങനെ ജൂൺ 16ന് അവർ വീണ്ടും കണ്ടുമുട്ടി. പ്രണയബദ്ധരായി, പിന്നീടുണ്ടായ നിരവധി സംഭവവികാസങ്ങൾക്കുശേഷം ആ ഒക്ടോബറിൽ ജോയ്സ് നോറയുമായി അയർലൻഡിനെ വിട്ടുപിരിഞ്ഞുപോയി. യൂറോപ്പിലൂടെ അഭയാർഥിയെപ്പോലെ അലഞ്ഞു. ജോയ്സിന്റെ പ്രതിഭ തിരിച്ചറിഞ്ഞ സുഹൃത്തുക്കളുടെ സഹായംകൊണ്ടു മാത്രം സാഹിത്യരചന നിലനിർത്തി. രണ്ടു കുട്ടികളുണ്ടായി. ഇളയ പെൺകുട്ടി മാനസികാസ്വാസ്ഥ്യമുള്ളവളായിത്തീർന്നു. 27 വർഷത്തിനുശേഷം, ജോയ്സിന് 49 ഉം നോറയ്ക്ക് 47 ഉം വയസ്സുള്ളപ്പോഴാണ് അവർ വിവാഹം കഴിച്ചത്. ജോയ്സിന്റെ കൂടെയുള്ള നോറയുടെ ജീവിതം കഠിനമായിരുന്നു. പക്ഷേ, ഒരു ഗ്രാമീണസ്ത്രീയുടെ ഉള്ളുറപ്പോടെ നോറ പിടിച്ചുനിന്നു. എല്ലാ നൈരാശ്യങ്ങളിലൂടെയും ജോയ്സിനെ അവർ എന്നും പിന്തുണച്ചു. നോറയെ ജോയ്സ് രണ്ടാമതു കണ്ടുമുട്ടിയ തീയതി – 1904 ജൂൺ 16 – ആണ് 'യൂളിസസി'ൽ അനശ്വരമാക്കപ്പെട്ട ആ തീയതി.

ജോയ്സ് വാടക എങ്ങനെയോ സ്വരുക്കൂട്ടി മക് കെർണന്റെ വീട്ടിൽ തിരിച്ചെത്തിയെങ്കിലും. ഓഗസ്റ്റ് അവസാനം ആ കുടുംബം വീടടച്ച് യാത്ര പോയതുകൊണ്ട് അവിടം വിടേണ്ടി വന്നു. തുടർന്ന് സുഹൃത്ത് ജെയിംസ് കസിൻസിന്റേയും അമ്മാവി ജോസഫൈൻ മറെ(Murray)യുടേയും വീടുകളിൽ കുറച്ചുനാൾ താമസിച്ചു. അമ്മാവിയുടെ വീട്ടിലെ താമസം പ്രശ്നത്തിലാണ് കലാശിച്ചത്. ജോയ്സിന്റെ അസമയങ്ങളിലെ വരവും പോക്കും അമ്മാവന് ഇഷ്ടപ്പെട്ടില്ല. ഒരു രാത്രി അദ്ദേഹം ജോയ്സിനു വാതിൽ തുറന്നുകൊടുത്തില്ല. അങ്ങനെ ഒരു വൈദ്യവിദ്യാർഥിയുടെ മുറിയിൽ ഒരു രാത്രി അന്തിയുറങ്ങിയതിനുശേഷമാണ് ജോയ്സ് സെപ്റ്റംബർ 9ന് സാൻഡി കോവിലെ ഗോഗർട്ടിയുടെ ഗോപുരമുറിയിൽ അഭയം തേടുന്നത്.

ഗോഗർട്ടിക്ക് ജോയ്സിനോട് അല്പം നീരസം ഉണ്ടായിരുന്ന കാലമായിരുന്നു ഇത്. ജോയ്സ് ആയിടെ അയർലൻഡിലെ സാഹിത്യകാരന്മാരെ പരിഹസിച്ചുകൊണ്ടെഴുതിയ കവിതയിൽ ഗോഗർട്ടിയും പരോക്ഷമായി പരാമർശിക്കപ്പെട്ടിരുന്നു. പക്ഷേ, ഗോഗർട്ടി അത് വലിയ പ്രശ്നമാക്കിയില്ല എന്നു വേണം കരുതാൻ. എന്നാൽ ജോയ്സിന്റെ സഹോദരൻ സ്റ്റനിസ്ലോസ് ഡയറിയിലെഴുതുന്നത് ഗോഗർട്ടിക്ക് ജോയ്സിന്റെ വരവും താമസവും ഒഴിവാക്കാൻ ആഗ്രഹമുണ്ടായിരുന്നു എന്നാണ്. ഇത് ജോയ്സിന് അറിയാമായിരുന്നുവത്രെ. അതേസമയം, സ്റ്റനിസ്ലോസ് പറയുന്നതനുസരിച്ച് ഗോഗർട്ടിക്ക് ഒരാശങ്കയുമുണ്ടായിരുന്നു. ജോയ്സ്

എന്നെങ്കിലും പ്രശസ്തനായാൽ, അദ്ദേഹത്തെ പുറത്താക്കിയയാൾ എന്ന ദുഷ്പേര് ഉണ്ടായാലോ? ഏതായാലും ഗോഗർട്ടി ഒരു വില്ലൻ അല്ല തന്നെ. ജോയ്സ് ഒരു പുണ്യവാളനും ആയിരുന്നില്ല. തന്നെയല്ല അവർ ചില കാര്യങ്ങളിൽ ഒറ്റക്കെട്ടുമായിരുന്നു. ഒരു ദിവസം, ഡബ്ളിനിലൂടെ, കവി ഡബ്ള്യു. ബി. യേറ്റ്സിന്റെ (W.B. Yeats) അച്ഛൻ നടന്നുപോകുമ്പോൾ ജോയ്സ് ഗോഗർട്ടിയെ പ്രേരിപ്പിച്ചതനുസരിച്ച് ഇരുവരും അദ്ദേഹത്തെ സമീപിച്ചു. ഗോഗർട്ടി അദ്ദേഹത്തോടു ചോദിച്ചു, 'സർ, ഞങ്ങൾക്ക് രണ്ടു ഷില്ലിങ് തരാമോ?' വൃദ്ധൻ ഇരുവരേയും നന്നായി ഒന്നു നോക്കിയിട്ടു പറഞ്ഞു, 'ഒരു കാരണവശാലും സാധ്യമല്ല. ഒന്നാമത്, എന്റെ കൈയിൽ പണമില്ല. രണ്ടാമത്, ഉണ്ടായിരുന്നെങ്കിലും തരില്ല. കാരണം, നിങ്ങളതു കൊണ്ടുപോയി ഉടനെ കള്ളുകുടിക്കും.' ഉടനെ ജോയ്സ് ഗോഗർട്ടിയോടു പറഞ്ഞത്രെ: 'നമ്മൾ കള്ളു കുടിക്കും എന്നു പറഞ്ഞത് ശരിയല്ല. ഇനിയും നടന്നിട്ടില്ലാത്ത കാര്യമല്ലേ അത്?'

പീരങ്കിക്കോട്ടയിലെ തന്റെ താമസത്തെപ്പറ്റി ഗോഗർട്ടി തമാശയായി പറഞ്ഞിരുന്നത്, അയർലൻഡിനെ അതിന്റെ സാംസ്കാരികാധഃപതനത്തിൽനിന്നു രക്ഷിക്കാൻ അവിടെയിരുന്ന് ഒരു അക്രൈസ്തവ (pagan) നവീകരണ പ്രസ്ഥാനം താൻ നിർമിക്കുകയാണ് എന്നായിരുന്നു. ഗോഗർട്ടിക്ക് ഈ സമയത്ത് വന്നെത്തിയ മറ്റൊരതിഥി ഐറിഷ് നവോത്ഥാനത്തിന്റെ ആവേശം പൂണ്ട ബ്രിട്ടീഷ് - ഐറിഷ് വംശജനായ ഒരു പ്രചാരകനായിരുന്നു: സാമുവേൽ ഷെനെവിക്സ് ട്രെഞ്ച് (Samuel Chenevix Trench). ഓക്സ്ഫഡിൽ നിന്നുള്ള ഗോഗർട്ടിയുടെ സുഹൃത്തായിരുന്നു ട്രെഞ്ച്. ഐറിഷ് നവോത്ഥാന കുതുകികളെപ്പോലും മുഷിപ്പിക്കുന്ന അമിതാവേശമായിരുന്നുവത്രെ ട്രെഞ്ചിന്റേത്. ട്രെഞ്ച് ആണ് 'യൂളിസസി'ന്റെ തുടക്ക അധ്യായത്തിലെ മൂന്നാം കഥാപാത്രമായ ഹെയ്ൻസ്. ജോയ്സിന് ട്രെഞ്ചിന്റെ സാന്നിധ്യം ഇഷ്ടപ്പെട്ടില്ല. അയാളെ ക്ഷണിച്ചുവരുത്തിയതിന് ഗോഗർട്ടിയോട് നീരസവും ഉണ്ടായിരുന്നു. ഗോഗർട്ടിയാവട്ടെ ഫലിതം പറഞ്ഞും പരിഹസിച്ചും വെട്ടിനിരത്തിയും ഉല്ലസിച്ചു. ജോയ്സിനോട് ചെറു ക്രൂരകൃത്യങ്ങൾ ചെയ്തു രസിച്ചു: ജോയ്സിന്റെ അമ്മ മരിച്ചത് ജോയ്സിന്റെ അവിശ്വാസത്തിലുള്ള ദുഃഖം മൂലമാണെന്നു പറയുക. ജോയ്സിന്റെ പക്കൽ പണം തുച്ഛമാണെന്നറിഞ്ഞുകൊണ്ടുതന്നെ അദ്ദേഹത്തെക്കൊണ്ട് ചെലവുകൾ നടത്തിക്കുക എന്നിങ്ങനെ.

ഏതായാലും, സെപ്റ്റംബർ 14ന് രാത്രിയിൽ മൂവരും പീരങ്കി ഗോപുരത്തിലെ ഒരേ മുറിയിൽ കിടന്നുറങ്ങുകയായിരുന്നു. പെട്ടെന്ന് ട്രെഞ്ച് അലറാൻ തുടങ്ങി. ഒരു കരിമ്പുലി അയാളുടെ മേൽ ചാടി വീഴാനൊരുങ്ങുന്നു എന്ന് ട്രെഞ്ചിനു തോന്നിയത്രെ. അയാൾ ചാടിയെണീറ്റു തോക്കെടുത്തു. എന്നിട്ട് മുറി ചൂടാക്കുന്ന അടുപ്പിനു നേരെ വെടിവെച്ചു. ജോയ്സ് അടുപ്പിനു തൊട്ടടുത്താണ് കിടന്നിരുന്നത്. സ്വാഭാവികമായും അദ്ദേഹം

നടുങ്ങി. പുലിയെ 'കൊന്ന'ശേഷം ട്രെഞ്ച് വീണ്ടും ഉറക്കം പ്രാപിച്ചു. ജോയ്സ് വിറച്ചുകൊണ്ടു കിടക്കുകയാണ്. ഗോഗർട്ടി തോക്കെടുത്ത് തന്റെയടുത്തു സൂക്ഷിച്ചു. കുറച്ചു കഴിഞ്ഞപ്പോൾ ട്രെഞ്ച് പുലിയെക്കുറിച്ച് അലറിക്കൊണ്ട് വീണ്ടും ചാടിയെണീറ്റ് തോക്ക് തപ്പി. അപ്പോൾ ഗോഗർട്ടി 'എനിക്ക് വിട്ടു തന്നേക്ക്' എന്നു വിളിച്ചു പറഞ്ഞുകൊണ്ട് തോക്കെടുത്ത് വെടിവച്ചു. വെടി കൊണ്ടത് ജോയ്സ് കിടക്കുന്നതിന്റെ മുകളിൽ അടുപ്പിന്റെ മീതെ തൂക്കിയിട്ടിരുന്ന അടുക്കളപാത്രങ്ങളിലാണ്. വെടിയേറ്റ് പാത്രങ്ങൾ ശബ്ദമുണ്ടാക്കിക്കൊണ്ട് താഴെ കിടക്കുന്ന ജോയ്സിന്റെ മേൽ വീണു. ജോയ്സ് കിടിലംകൊണ്ടുകൊണ്ട് ഉരുണ്ടുപിടഞ്ഞെണീറ്റ് കൈയിൽ കിട്ടിയ വസ്ത്രങ്ങളണിഞ്ഞ്, ഗോപുരത്തിനു പുറത്തു ചാടി. അദ്ദേഹം പേടിച്ചുപോയി എന്നു മാത്രമല്ല, തന്നെ തുരത്താനുള്ള ഒരു നാടകമായിരുന്നു കരിമ്പുലിവെടി എന്നും സംശയിച്ചുവത്രെ. ഡബ്ളിനിലേക്കുള്ള 13 കിലോമീറ്റർ നടന്ന് നേരം വെളുത്തപ്പോഴേക്കും നഗരത്തിലെത്തി. രാവിലെ നാഷനൽ ലൈബ്രറിയുടെ ലൈബ്രേറിയൻ വില്യം മഗീ (William Magee) ലൈബ്രറി തുറക്കാനെത്തുമ്പോൾ ജോയ്സ് വാതിൽക്കലിരിപ്പുണ്ട്. അദ്ദേഹത്തോടു തനിക്കു സംഭവിച്ചതെല്ലാം ജോയ്സ് വിവരിച്ചു. എന്നിട്ട്, സ്വാഗതമില്ലെങ്കിലും, വില്യംസ് അമ്മാവന്റെ വീട്ടിൽത്തന്നെ അഭയം പ്രാപിച്ചു.

ജോയ്സിന്റെ പെട്ടിയും സാധനങ്ങളും ഗോപുരമുറിയിൽ കിടക്കുകയായിരുന്നു. അവ തിരിച്ചു കൊണ്ടുവരാൻ ജോയ്സ് സുഹൃത്തും 'ഡബ്ളിൻ മാഗസി'ന്റെ പത്രാധിപരുമായ ജെയിംസ് സ്റ്റാർക്കിക്ക് (James Starkey) ഒരെഴുത്തെഴുതി അഭ്യർഥിച്ചു. എഴുത്തിൽ സ്റ്റാർക്കി പെട്ടിയിൽ വയ്ക്കേണ്ട ഓരോ സാധനവും എണ്ണിപ്പറയുന്നുണ്ട് - രണ്ടു ജോടി ബൂട്ടുകൾ, മൂന്നു തൊപ്പികൾ. ഒരു മഴക്കോട്ട്. കവിതകളെഴുതിയ കൈയെഴുത്തുപ്രതിയുടെ ചുരുൾ തുടങ്ങിയവ. ഒരു കാര്യം പ്രത്യേകം പറയുന്നു: ജോയ്സിന്റെ ആദ്യനോവലായ 'സ്റ്റീവൻ ഹീറോ'യുടെ (മരണശേഷമാണ് ഇതു പ്രസിദ്ധീകരിച്ചത്) കൈയെഴുത്തുപ്രതിയിൽനിന്നു പന്ത്രണ്ടാം അധ്യായം ഗോഗർട്ടി എടുത്തുമാറ്റിയിട്ടില്ലെന്ന് ഉറപ്പുവരുത്തുക. അവസാനത്തെ നിർദേശം പെട്ടിയെപ്പറ്റിയാണ്. അതിനു പൂട്ടില്ല. അതുകൊണ്ട് ഒരു കയറുകൊണ്ട് നന്നായി കെട്ടണം. കലാകാരന്മാർ അമാനുഷരാകുന്നത് അവരുടെ സൃഷ്ടികളിലൂടെയാണ്. അല്ലാത്തപ്പോൾ അവർ സാധാരണ മനുഷ്യർ മാത്രമാണ് എന്നത് എത്ര സത്യം!

സെപ്റ്റംബർ 16ന് നോറയ്ക്കെഴുതിയ എഴുത്തിൽ ജോയ്സ് അയർലൻഡുമായുള്ള തന്റെ മാനസികമായ അകൽച്ച വിവരിക്കുന്നുണ്ട്. അയർലൻഡിലെ മത-സാമൂഹിക ശക്തികൾക്കെതിരെയുള്ള യുദ്ധത്തിൽ താൻ ഒറ്റയ്ക്കാണെന്ന് ജോയ്സ് പറയുന്നു. സത്യസന്ധതയോ സ്വാഭാവികതയോ യഥാർഥ ജീവിതമോ ഇല്ലാത്ത ഒരു സമൂഹമാണ് അയർലൻഡ് എന്ന് ജോയ്സ് നോറയ്ക്ക് എഴുതുന്നു. അയർലൻഡ് ഉപേക്ഷിച്ചുപോകാൻ ജോയ്സ് തീരുമാനിച്ചുകഴിഞ്ഞു.

ഒക്ടോബർ മാസത്തിൽ ജോയ്സ് അയർലൻഡിനോട് എക്കാല ത്തേക്കും വിട പറഞ്ഞു. തന്റെ സുഹൃദ്വലയത്തിലെ ഏതാണ്ട് എല്ലാ വരോടും കടം വാങ്ങി ഒരു തുക സംഭരിച്ചുകൊണ്ട് (നിത്യോപയോഗ സാധനങ്ങളും അദ്ദേഹം ദാനം വാങ്ങി) ജോയ്സ് നോറയുമായി ലണ്ടനി ലേക്കു കപ്പൽ കയറി. താൻ കൂട്ടുകാരിയുമായാണ് പോകുന്നത് എന്ന് യാത്ര അയയ്ക്കാൻ വന്ന അപ്പൻ അറിയാതിരിക്കാൻ ജോയ്സും നോറയും വെവ്വേറെയാണ് കപ്പലിലെത്തിയത്. പക്ഷേ, അപ്പന്റെ കൂട്ടു കാരൻ അവരെ ഒന്നിച്ചുകാണുകയും അപ്പനെ വിവരമറിയിക്കുകയും ചെയ്തു. (ലോകം എവിടെയും എക്കാലത്തും ഒരുപോലെ!). അപ്പൻ നോറ യുടെ മുഴുവൻ പേര് – നോറ ബാർണക്ൾ – കേട്ടപ്പോൾ പറഞ്ഞുവത്രെ: 'അവൾ ഒരിക്കലും അവനെ പിടിവിടില്ല!' 'ബാർണക്ൾ' കടലിലെ കല്ലു കളിലും കപ്പലുകളുടെ അടിയിലും പറ്റിപ്പിടിച്ചിരിക്കുന്ന, ഇളക്കാൻ വളരെ ബുദ്ധിമുട്ടുള്ള ഒരുതരം കക്കയാണ്. അപ്പന്റെ പ്രവചനം കൃത്യമായിരുന്നു.

ലണ്ടനിലെത്തിയ ജോയ്സ് നോറയെ ഒരു പാർക്കിൽ ഇരുത്തിയിട്ട് സുഹൃത്തായ ഇംഗ്ലീഷ് കവി ആർതർ സൈമൺസിനെ (Arthur Symons) കാണാൻ പോയി. രണ്ടു മണിക്കൂർ നേരം നോറ അവിടെ കാത്തിരുന്നു. ജോയ്സ് മടങ്ങിവരില്ല എന്നുതന്നെ നോറ കരുതി. പക്ഷേ, അപ്പോളിതാ ജോയ്സ് വന്നെത്തുന്നു! ജോയ്സിന്റെ പ്രശസ്തനായ ജീവചരിത്രകാരൻ റിച്ചാർഡ് എൽമൻ (Richard Ellmann) എഴുതുന്നത്, ജോയ്സ് തന്റെ ആ വിശ്വസ്തതാ പ്രകടനംകൊണ്ട്, സുഹൃത്തുക്കളെ മാത്രമല്ല തന്നെ ത്തന്നെയും അതിശയിപ്പിച്ചിട്ടുണ്ടാവണം എന്നാണ്. കാരണം ചാഞ്ചാട്ട ക്കാരനെന്ന പ്രസിദ്ധി അദ്ദേഹം കേൾപ്പിച്ചിരുന്നു.

നോറ ജോയ്സ് 1951-ൽ 67-ാമത്തെ വയസ്സിൽ, ജോയ്സിന്റെ മരണ ശേഷം പത്തുവർഷം കഴിഞ്ഞ്, സുറിക്കിൽ മരിച്ചു. അവിടെത്തന്നെയാണ് നോറയെ സംസ്കരിച്ചിരിക്കുന്നത് ജോയ്സിന്റെയൊപ്പം. മഹാനും ദുർബലനും ജീവിതപ്പോരിൽ അസമർത്ഥനുമായ ഒരു കലാകാരന്റെ കൂടെ ഒരു സ്ത്രീയുടെ പിടിച്ചുനില്പിന്റേയും അതിജീവനത്തിന്റേയും കഥയാണ് 1988-ൽ ബ്രെൻഡ മാഡക്സ് രചിച്ച നോറയുടെ ജീവചരിത്രം: Nora: The Real Life of Molly Bloom. ഇതിനെയാധാരമാക്കി 2000ൽ 'നോറ' എന്ന ചലച്ചിത്രവും പുറത്തിറങ്ങി. നോറയും അങ്ങനെ ഓർമിക്ക പ്പെട്ടു.

ഗോഗർട്ടിയുടെ മുറിയിൽനിന്നുള്ള ആ ഓടിപ്പോകലായിരുന്നിരി ക്കുമോ, അയർലൻഡ് വിട്ടുപേക്ഷിച്ച് പോകാനുള്ള ജോയ്സിന്റെ പെട്ടെന്നുള്ള തീരുമാനത്തിന്റെ കാരണങ്ങളിലൊന്ന്? നോറ ഒപ്പം പോയി ല്ലായിരുന്നുവെങ്കിൽ ജോയ്സ് അയർലൻഡ് വിട്ടുപോകുമായിരുന്നോ? അയർലൻഡിൽ അദ്ദേഹം ജീവിതം തുടർന്നിരുന്നെങ്കിൽ നാം ഇന്നറി യുന്ന ജോയ്സ് ജനിക്കുമായിരുന്നോ? ആർക്കറിയാം?

എഴുത്തിന് ഒരു പുതിയ പിറവി നൽകിയ ആ മനുഷ്യന്റെ കാൽപ്പാടുകൾ വീണ മുറികളിലും മട്ടുപ്പാവിലും ഞങ്ങൾ കുറെ സമയം തങ്ങി. ജോയ്സ് കേട്ട കാറ്റിന്റേയും കടലിന്റേയും ഇരമ്പവും കടൽക്കാക്കകളുടെ വിളികളും ഞങ്ങളുടെ കാതുകളിലും നിറഞ്ഞു. ആ പലായനത്തിന്റെ രാത്രിക്ക് അദ്ദേഹം, എന്തെല്ലാമോ ചിന്തിച്ചുകൊണ്ട് ഒറ്റയ്ക്കു നടന്നു പോയ പാതയിലൂടെയായിരുന്നിരിക്കാം ഞങ്ങളും നഗരത്തിലേക്കു മടങ്ങിയത്.

കുറിപ്പ്: ഈ ലേഖനത്തിലെ ചരിത്രവിവരങ്ങൾക്ക് ആശ്രയിച്ചത് റിച്ചാർഡ് എൽമൻ (Richard Ellmann) എഴുതിയ 'ജെയിംസ് ജോയ്സ്' എന്ന ജീവചരിത്രത്തെയും ജോയ്സിനെപ്പറ്റിയുള്ള ഇന്റർനെറ്റ് രേഖകളിൽ ചിലതിനെയുമാണ്.

മലയാള മനോരമ വാർഷികപ്പതിപ്പ് 2016

സി.പി. പത്മകുമാർ: സന്മനസ്സുള്ളവന്റെ സമാധാനം

അവധൂതനെന്ന പദം മതത്തിന്റെ മണം പുരണ്ടതാണെങ്കിലും പപ്പന്റെ കാര്യത്തിൽ അത് ഒരു പരിധിവരെ ഉപയോഗിക്കാമെന്നു തോന്നുന്നു. ആറുതരം സന്ന്യാസിമാരിലൊന്നാണ് അവധൂതൻ. അവധൂതൻ സർവ വിധികൾക്കും അതീതനാണത്രെ. അതിന്റെ അർഥമെന്തെന്ന് എനിക്കറിഞ്ഞുകൂടാ. ഒരുപക്ഷേ, വിരക്തിയായിരിക്കാം അവധൂതന് അങ്ങനെയൊരു അവസ്ഥ കൊടുക്കുന്നത്. സന്ന്യാസിയെന്ന പദവും വളരെ ആലോചിച്ചു പ്രയോഗിക്കേണ്ട കാലമാണിത് - അത്തരക്കാരാണ് സന്ന്യാസികൾ ഇന്ന്. പക്ഷേ, ആ പദത്തെ പൊടിതുടച്ചെടുത്താൽ ഇങ്ങനെ പറയാൻ കഴിയും. പപ്പനിൽ ഒരു സന്ന്യാസിയുണ്ടായിരുന്നു. വിരക്തനായൊരു നിഷ്കാമകർമ്മിയുണ്ടായിരുന്നു. ഒരുവിധത്തിൽ ആ സന്ന്യസ്തമനസ്സ് പപ്പന്റെ വേഷഭൂഷാദികളിൽ പ്രതിഫലിച്ചിരുന്നു. സിനിമാക്കാരുടെ കൂട്ടത്തിൽ സിനിമാക്കാരനായും ബുദ്ധിജീവികളുടെ കൂട്ടത്തിൽ ബുദ്ധിജീവിയായും പപ്പൻ നിലകൊള്ളുമ്പോൾ, അല്ലെങ്കിൽ ഒരു മദ്യപാന കൂട്ടുകെട്ടിനുള്ളിൽ ഇരിപ്പുറപ്പിക്കുമ്പോൾ പപ്പൻ ഒരേ സമയം ഒരു 'ഔട്ട്സൈഡർ' കൂടിയായിരുന്നു. അതിനെല്ലാം പുറത്ത് നിലയുറപ്പിച്ച ഒരാൾ. ആ പപ്പൻ ആരാണ്, എന്താണദ്ദേഹം അന്വേഷിച്ചത് എന്നു ഞാൻ അദ്ഭുതപ്പെട്ടിട്ടുണ്ട്. അതറിയാവുന്ന പപ്പന്റെ സുഹൃത്തുക്കൾ തീർച്ചയായുമുണ്ടാവണം.

അരവിന്ദനിലൂടെ പപ്പൻ എന്റെ സ്നേഹിതനായിത്തീർന്നശേഷം ഞാൻ ഈ രണ്ടു പപ്പന്മാരേയും ഒരുപോലെ ഇഷ്ടപ്പെട്ടു. സിനിമയേയും സംഗീതത്തേയും സാഹിത്യത്തേയും കലയേയും യാത്രയേയും സുഹൃത്തുക്കളേയും സ്നേഹിച്ച പപ്പൻ ആ സ്നേഹത്തിലൂടെ, തന്റേതായ സൗമ്യവും സമാധാനപൂർണവുമായ രീതിയിൽ, തനിക്കുള്ളിൽ മറ്റെന്തൊക്കെയോ ഉത്തരങ്ങൾ തേടുകയായിരുന്നുവെന്ന് എനിക്കു തോന്നിയിട്ടുണ്ട്. ആ നിലയ്ക്ക് 'അവധൂതൻ' എന്ന വാക്കിനെ വൃത്തിയാക്കിയെടുത്താൽ പപ്പനൊരു അവധൂതനായിരുന്നു. പക്ഷേ, മേൽപ്പറഞ്ഞതുപോലെ സർവ്വവിധികൾക്കും അതീതനായിരുന്നില്ലതാനും - ഒട്ടും. മറിച്ച് പപ്പന്റെ സ്വഭാവം കീഴടങ്ങലായിരുന്നു. വീണ്ടും, 'കീഴടങ്ങൽ'

എന്ന വാക്കിനേയും വ്യത്തിയാക്കേണ്ടിയിരിക്കുന്നു. കാരണം ഒരു ഭീരുവിന്റെ കീഴടങ്ങലായിരുന്നില്ല പപ്പന്റേത്. സംഘട്ടനങ്ങൾ ആഗ്രഹി ക്കാത്ത, ഒത്തിണങ്ങാനാഗ്രഹിച്ച, സൗമ്യഭാവത്തിന്റെ ഊർജ്ജം നിറഞ്ഞ ഒരു കീഴടങ്ങലായിരുന്നു അത്. രോഗത്തിനുപോലും പപ്പൻ അങ്ങനെ കീഴ്വഴങ്ങിയോയെന്ന് ഞാൻ സംശയിക്കുന്നു. പക്ഷേ, ഇതിന്റെയെല്ലാം പിന്നിൽ ഏകാന്തനും അന്വേഷിയും ഒരുപക്ഷേ നാമറിയാത്ത ദുഃഖങ്ങൾ അനുഭവിക്കുന്നവനുമായ ഒരു പപ്പൻ നിസ്സംഗനായി നിലകൊണ്ടിരുന്നു.

എന്റെ സുഹൃത്തായിരുന്നത് പ്രസന്നവദനനും സന്മനസ്സും ഔദാര്യം നിറഞ്ഞവനും പരാതികളില്ലാത്തവനുമായ ഒരു പപ്പനാണ്. അന്തിമ വിശകലനത്തിൽ - മരണമടഞ്ഞവരെപ്പറ്റിയല്ലേ നമുക്കിങ്ങനെ അന്തിമ വിധികൾ പ്രസ്താവിക്കാൻ കഴിയൂ! - പപ്പൻ ജീവിതത്തിൽനിന്നും സിനിമ യിൽനിന്നും ആഗ്രഹിച്ചത് സ്നേഹങ്ങളും സൗഹൃദങ്ങളും സൗന്ദര്യ ങ്ങളും പ്രകൃതിയുടേയും സംഗീതത്തിന്റേയും ലാളനങ്ങളും, അങ്ങനെ പ്രത്യേക സാമ്പത്തികമൂല്യങ്ങളൊന്നുമില്ലാത്ത കുറെ കാര്യങ്ങളായി രുന്നു. കടുംപിടിത്തങ്ങളില്ലായ്മയും ആവശ്യങ്ങളെ ഇരുമ്പുലക്ക യാക്കുന്ന അവസ്ഥയില്ലായ്മയും കണക്കുകൂട്ടലുകളില്ലായ്മയും ഉദാര നിർഭരമായ പരസ്പര മര്യാദകളും സഹായതത്പരതയും തുടങ്ങി ജീവിത വിജയത്തെ ഒട്ടും പ്രോത്സാഹിപ്പിക്കാത്തവയും ദൗർബല്യങ്ങളെന്നു നാം വിളിക്കുന്നവയുമായ ഒട്ടേറെ മൂല്യങ്ങളായിരുന്നു പപ്പന്റെ ബലങ്ങൾ. സിനിമയിലും ജീവിതത്തിലും പപ്പൻ തേടിയത് നേടിയില്ലെന്ന് ജീവിത വിജയികളുടെ കാഴ്ചപ്പാടിൽ തോന്നിയേക്കാം. പക്ഷേ, പപ്പൻ ജീവിതം സ്വപ്നവും ഭാവനയും ആത്മാവും യാഥാർഥ്യവുമായിരുന്നതുകൊണ്ട് നമ്മുടെ കാഴ്ചപ്പാടിൽനിന്ന് പപ്പന്റെ വിജയപരാജയങ്ങളെ നിർണയി ക്കുക സാധ്യമല്ല. പപ്പന്റെ സമ്പത്ത് സന്മനസ്സുള്ളവന്റെ സമാധാനമായി രുന്നു. ആ സമാധാനം എന്നും അദ്ദേഹത്തിന്റെ കൂടെയുണ്ടായിരിക്കട്ടെ.

മരണമടഞ്ഞ സംവിധായകൻ സി.പി.പത്മകുമാറിനെപ്പറ്റിയുള്ള അനുസ്മരണഗ്രന്ഥത്തിൽ പ്രസിദ്ധീകരിച്ചത്

വനലോകം

കാടുമായുള്ള അഹന്ത വെടിഞ്ഞ കൂടിച്ചേരൽ നൽകുന്ന അസാധാരണ ബോധജ്ഞാനങ്ങളുടെ അനുഭവകഥകളാണ്, ലോകോത്തര വന്യജീവിച്ഛായാഗ്രാഹകരിലൊരാളായ എൻ.എ. നസീർ ഈ ഗ്രന്ഥത്തിൽ നമ്മോടു പറയുന്നത്. വനലോകങ്ങളുമായുള്ള അവിസ്മരണീയങ്ങളായ നേർക്കാഴ്ചകളുടെ ഒരു കാലിഡോസ്കോപ്പിനുള്ളിലേക്ക് നസീർ നമ്മെ നയിക്കുന്നു, ഒരു ജീവനുള്ള മഹാവനമധ്യത്തിലേക്ക് യാത്ര കൊണ്ടുപോകുംപോലെ. തന്റെ കാമറയുടെ പ്രയോഗത്തിലേക്ക് ചേർത്തുവെയ്ക്കുന്ന അതേ ലാസ്യത്തോടും ലാവണ്യത്തോടുമാണ് നസീർ തന്റെ തൂലികയും ചലിപ്പിക്കുന്നത്. മരങ്ങളും പൂക്കളും ചെടികളും വള്ളികളും മൃഗങ്ങളും പക്ഷികളും അരുവികളും മീനുകളും എറുമ്പുകളും പാമ്പുകളും പൂമ്പാറ്റകളും വെളിച്ചവും ഇരുട്ടും തണുപ്പും ചൂടും വിശപ്പും വിപത്തും ഇരതേടലും ഇണചേരലുമെല്ലാമടങ്ങിയ കാടിന്റെ പ്രപഞ്ചത്തെ, അതിനെ നിബന്ധനകളില്ലാതെ ആശ്ലേഷിക്കുന്ന ഒരുവനു മാത്രം സമാഹരിക്കാൻ കഴിയുന്ന അസാധാരണമായ ജീവസത്തയോടെ നസീർ നമ്മുടെ മുമ്പിൽ പ്രത്യക്ഷപ്പെടുത്തുന്നു. ലളിതവും ഭാവാത്മകവും സുന്ദരവുമായ ഹൃദയഭാഷണമാണ് നസീറിന്റെ ഗദ്യം. അതിന്റെ ഉത്കൃഷ്ട പാരമ്പര്യത്തിൽ ഇന്ദുചൂഡനേയും ശിവദാസമേനോനേയും ജോൺസിയേയും രാജൻ കാക്കനാടനേയും നാം കണ്ടുമുട്ടുന്നു. കുഞ്ഞിരാമൻ നായരും രമണന്റെ ചങ്ങമ്പുഴയും അവിടെയുണ്ട് ഒരുപക്ഷേ, ബഷീർ എന്ന സൂഫിയും. നസീറിലെ എഴുത്തുകാരന് കാമറ ഒരു നിമിത്തമായിരിക്കാം. അതേസമയം അത് പരിണാമോന്മുഖവും ഹരിതവും ആധുനികവുമായ ഒരു ആത്മീയതയുടെ വഴികാട്ടികൂടിയായിത്തീരുന്നു.

ആ ആത്മീയതയിൽനിന്നാണ് നസീറിന്റെ കാമറയിൽനിന്നുദ്ഭവിക്കുന്ന വനലോകചിത്രങ്ങളുടെ അതീന്ദ്രിയസ്വഭാവം ഉടലെടുക്കുന്നത് എന്നു കരുതണം. വനത്തിന്റേയും വനജീവജാലങ്ങളുടേയും ഹൃദയത്തിലേക്ക് സ്നേഹപൂർവവും ധൈര്യപൂർവവും കടന്നുചെല്ലുന്ന ഒരു ഉൾക്കണ്ണ് നസീറിൽനിന്ന് കാമറയുടെ സ്ഫടികനയനത്തിലേക്ക് കടന്നുചെല്ലുന്നതുപോലെയാണത്. കാടും കാട്ടിലെ ജീവിയും ഛായാഗ്രാഹകനും കാമറയും ഒരു ധ്യാനത്തിൽ ഒന്നിക്കുന്നു. അപ്പോൾ അപൂർവവും

അലൗകികവുമായ ഒരു ചിത്രത്തിന്റെ അസുലഭമുഹൂർത്തം പിറക്കുന്നു. അത് ഭാഗ്യമല്ല, കാടിന്റെ നിശ്ചയമാണ് എന്ന് നസീർ പറയുന്നു. ദീപക് ചോപ്രയെപ്പോലെയുള്ള നവയുഗവഴികാട്ടികൾ സൂചിപ്പിക്കുംപോലെ, ആഗ്രഹിക്കുന്നതെന്തോ അതുതന്നെ സംഭവിക്കുന്നത് മഹാദ്ഭുതമല്ലാത്ത ഒരവസ്ഥയുണ്ട്. അത്തരമൊന്നാണ് നസീർ കാട്ടിൽ അനുഭവിക്കുന്നത്. ധ്യാനാത്മകതയിലൂടെയും അഹന്താനിഗ്രഹത്തിലൂടെയും കാടിന്റെ - പ്രപഞ്ചത്തിന്റേയും - ഇച്ഛയും ഛായാഗ്രാഹകന്റേതും ഒന്നായിത്തീരുന്നു. അക്രമാസക്തങ്ങളും ആർത്തിപൂണ്ടവയുമായ മതങ്ങൾക്കും അവയുടെ ദൈവ കെട്ടുകാഴ്ചകൾക്കും ഭക്തിക്കമ്പോളങ്ങൾക്കും ആൾദൈവ പ്പിരാന്തുകൾക്കും അന്യമായ ഒരു ആത്മീയതയാണത്. അതിനെ കാട്ടിലും കാടിനു പുറത്തും ജീവിതസമരത്തിനു നടുവിലും നമുക്ക് സ്വന്ത മാക്കാൻ കഴിയുമെന്ന് നസീറിന്റെ വനചരിത്രം നമ്മോടു പറയുന്നു.

ആ ആത്മീയത ഭക്തിയും ആരാധനയുമല്ല - അവ സങ്കുചിതമായ വിധേയത്വവും കെണിയുമാണ്. മറിച്ച്, അത് സ്നേഹവും കൈകോർക്കലു മാണ്. മോചനമാണ്, ബന്ധനമല്ല. ഭയവും സംശയവും അപ്രസക്തമായി ത്തീരുന്നു. വനജീവികൾ നസീറിനെ ഒരു കടന്നുകയറ്റക്കാരനായി കാണാത്ത ഒരവസ്ഥയുണ്ടാകുന്നു. രമണമഹർഷിയും അസീസ്സിയിലെ ഫ്രാൻസിസും മറ്റും മൃഗപക്ഷികളുമായുണ്ടാക്കിയ 'സത്സംഗ'ത്തിൽ ഈ പാരസ്പര്യം നാം ദർശിക്കുന്നു. അങ്ങനെയായിരിക്കാം നാഷണൽ ജിയോഗ്രഫിക് മാഗസിൻ പോലൊരു കിടയറ്റ പ്രസിദ്ധീകരണത്തിന്റെ - ഞാൻ അരനൂറ്റാണ്ടിലേറെയായി അതിന്റെ അനുയായിയാണ് - ബ്രഹ്മാണ്ഡൻ സാങ്കേതിക - സമ്പദ് - സംവിധാനങ്ങളുത്പാദിപ്പിക്കുന്ന ഛായാഗ്രഹണ മികവിനെ പിൻതള്ളുന്ന ചിത്രങ്ങൾ നസീർ എന്ന ഒറ്റയാളിന്റെ കരങ്ങളിൽ നിന്ന് ഉടലെടുക്കുന്നത്.

നസീർ കാമറയ്ക്കു പകരം പേന കൈയിലെടുത്ത് വനലോകത്തെ പ്പറ്റി എഴുതുമ്പോൾ അതിൽ നിറയുന്നത് ആ ധ്യാനവും ശ്രദ്ധയുമാണ്. ജോൺസിയുടെ സൗമ്യവും ഏകാന്തവുമായ സ്വരം നമ്മോട് പറഞ്ഞതും, തോറോ തന്റെ നിർമല സുന്ദരവും ചിന്താനിർഭരവുമായ 'വാൾഡ'നിലൂടെ സമർഥിച്ചതും തന്റെ ഉദ്യാനത്തിലും ഗ്രാമത്തിലും മാത്രം ഉലാത്തി പ്രകൃതിയുടെ ഒരു രഹസ്യപറുദീസ കണ്ടെത്തിയ ഗിൽബർട്ട് വൈറ്റ് എഴുതുന്നതും ആ ആത്മീയതയെപ്പറ്റിയാണ്. ഛായാഗ്രാഹകനും സാഹസികനും മനസ്സും ശരീരവും ഏകമുഖമാകുന്ന തായ്-ച്ചി പോലെ യുള്ള ശരീരസംസ്കാരപദ്ധതികളുടെ അനുയായിയുമായ നസീർ ആ തിരിച്ചറിവിലേക്ക് പുതിയ ദിശാബോധങ്ങൾ കൊണ്ടുവരുന്നു.

കാടിന്റെ കൈയൊപ്പിട്ട പുസ്തകമാണ് നസീറിന്റേത്. കാടിനെപ്പറ്റി വനസ്നേഹികളുടേയും പരിസ്ഥിതിപ്രവർത്തകരുടേയും രചനകൾ മലയാളത്തിൽ ഉണ്ടായിട്ടുണ്ടെങ്കിലും, നസീർ എന്ന ഛായാഗ്രാഹകനായ ആത്മീയാന്വേഷകൻ നമുക്ക് അനുഭവവേദ്യമാക്കുന്ന മാന്ത്രികാരണ്യം

ഇതുവരെ മലയാളത്തിൽ വിവരിക്കപ്പെട്ടിട്ടില്ല. കാടിനെ നാം വിധേയമാക്കിയ എല്ലാ അതിക്രമങ്ങൾക്കും ശേഷം അത് ഇന്നും പിടിതരാത്ത ഇടങ്ങളിൽ തളിർക്കുകയും പൂക്കുകയും ജീവികളെ പാർപ്പിക്കുകയും ചെയ്തുകൊണ്ടേയിരിക്കുന്നു എന്നതിന്റെ സന്തോഷകരമായ രേഖയാണ് നസീറിന്റെ പുസ്തകം. അവിടെ അട്ടയും ഉറുമ്പും ഒച്ചും വണ്ടും പൂമ്പാറ്റയും മരനായയും മലമുഴക്കിയും കരിങ്കിളിയും മുതലയും കരടിയും കടുവയും ആനയും കാട്ടുപോത്തുമെല്ലാമടക്കമുള്ള വനപൗരന്മാർ സുഖമായി ജീവിക്കുന്നുണ്ട്. ഇലകളും വേരുകളും അവരുടെ രസതന്ത്രങ്ങൾ രഹസ്യമായി സൂക്ഷിക്കുന്നുണ്ട്. കരിങ്കിളി കരിമ്പരുന്തിന്റെ ശബ്ദത്തിൽ കള്ളപ്പാട്ട് പാടുന്നുണ്ട്. വേനൽച്ചൂടിൽ ഒറ്റയാന്മാർ മയങ്ങുന്നുണ്ട്. മഴയും മഞ്ഞും അവയുടെ മനോഹരങ്ങളായ കരുനീക്കങ്ങൾ നടത്തുന്നുണ്ട്. കുറിഞ്ഞിപ്പൂക്കൾ ആകാശത്തിനും മേഘങ്ങൾക്കും പൂമ്പാറ്റകൾക്കും വേണ്ടി പൂത്തുലയുന്നുണ്ട്. കുറിക്കണ്ണനും ഷാമയും ചൂളക്കുരുവിയും സംഗീതക്കച്ചേരികൾ തുടരുന്നുണ്ട്. മുതുവാന്മാർ വനദൈവങ്ങളെ സ്മരിക്കുന്നുണ്ട്. നാം അവിടെ പോകേണ്ടതില്ല എന്നതാണ് വാസ്തവം. ആ ലോകമുണ്ട്, അതിന് കോട്ടംതട്ടാൻ പാടില്ല എന്ന ബോധജ്ഞാനമാണ് പ്രധാനം. നസീർ നമുക്കുവേണ്ടി ആ ലോകത്തിലേക്ക് നുഴഞ്ഞുകയറി രഹസ്യങ്ങളുമായി മടങ്ങുന്ന ഗൂഢചാരനാണ്. നസീറിന് നന്ദി. നസീർ നമുക്കു വിവരിച്ചുതരുന്ന ആ ലോകം വരുംതലമുറകൾക്ക് സ്വപ്നം കാണാൻ വേണ്ടി നിലനില്ക്കും എന്ന് ഉറപ്പുവരുത്തുക മാത്രമേ നാം ചെയ്യേണ്ടതുള്ളൂ.

പ്രമുഖ വന്യജീവിച്ഛായാഗ്രാഹകൻ എൻ.എ. നസീറിന്റെ "കാടിനെ ചെന്നു തൊടുമ്പോൾ" എന്ന ഗ്രന്ഥത്തിനെഴുതിയ അവതാരിക.

തങ്കമ്മയുടെ മകൻ

ഗോപന്റെ മരണം അതീവദുഃഖകരമാകുംവിധം അകാലത്തുള്ളതായി ത്തീരുന്നത് അമ്പത്തിഒമ്പത് എന്ന പ്രായംകൊണ്ടു മാത്രമല്ല, ഗോപൻ ജീവിതത്തിൽ ഹൃദയപൂർവ്വം മുഴുകിനിന്ന വ്യക്തിയായിരുന്നതുകൊണ്ടു മാണ്. ചെയ്തുതീർക്കാൻ ആഗ്രഹിച്ച കാര്യങ്ങൾ അനവധിയായിരുന്നു. എഴുത്തായിരുന്നു ഗോപന്റെ ഏറ്റവും പ്രിയപ്പെട്ട പാത എന്നു ഞാൻ വിശ്വസിക്കുന്നു. മാധ്യമപ്രവർത്തനം ജീവിതവൃത്തിയായിത്തീർന്നപ്പോൾ ഗോപൻ അതിലേക്ക് എല്ലാ അധ്വാനവും നിക്ഷേപിച്ചു. പക്ഷേ, തന്റെ ഒന്നാമത്തെ പ്രണയമായ എഴുത്തിനെ പിടിവിട്ടില്ല. തന്റെ ഓരോ പുതിയ പുസ്തകവും പുറത്തിറങ്ങുമ്പോൾ ഗോപൻ കൊച്ചുകുട്ടിയെപ്പോലെ അഭിമാനിക്കുകയും ആഹ്ലാദിക്കുകയും ചെയ്തു. ഗോപൻ ആനന്ദ ത്തോടെ ചെയ്ത പരിപാടിയായിരുന്നു. 'കണ്ണാടി.' കാരണം കേവലം വാർത്താനിർമ്മാണത്തിനപ്പുറത്ത് 'കണ്ണാടി'യെ അശരണരായ മലയാളി കളുടെ ശബ്ദമാക്കിത്തീർക്കാൻ ഗോപനിലെ മനുഷ്യവാദിക്കു കഴിഞ്ഞു. ഗോപൻ സ്നേഹത്തിന്റെ ആളായിരുന്നു. സെന്റിമെന്റൽ ആകാനും മടിച്ചി രുന്നില്ല. എന്നാൽ, തന്റെ മൃദുലഭാവങ്ങൾ പ്രദർശിപ്പിക്കുക ഗോപന്റെ ശൈലി ആയിരുന്നില്ല. ഒരു പ്രകടനപരതയും ഇല്ലാതെ ഗോപൻ ജീവിത ത്തെയും പ്രവർത്തനരംഗത്തെയും കുടുംബത്തെയും മലയാളികളുടെ സമൂഹത്തെയും സ്നേഹിച്ചു. തലയെടുപ്പുള്ള മുഖപടത്തിനു പിന്നിലു ണ്ടായിരുന്നത് ഒരു സ്നേഹിയായിരുന്നു. മനുഷ്യസ്നേഹത്തിന്റെ കെട്ടുറപ്പ് ഗോപന്റെ എല്ലാ ഇടപെടലുകൾക്കും വിശ്വാസ്യത നൽകി യെന്നു മാത്രമല്ല മലയാളികളുടെ സമൂഹത്തിൽ തന്റേതായ ഒരു വിശിഷ്ട സ്ഥാനം നിർമ്മിക്കാനും സഹായിച്ചു.

ഒരു മുഖ്യധാരാ വാർത്താചാനലിന്റെ മേധാവിയെന്ന നിലയിൽ ഗോപനിലെ ഇടതുപക്ഷ വിശ്വാസി അനുഭവിച്ച സമ്മർദങ്ങൾ ധാരാള മായിരുന്നു. പക്ഷേ, സ്വന്തം ഹൃദയത്തിൽ യഥാർഥ ഇടതുപക്ഷദർശന ത്തിന്റെ അകക്കാമ്പായ മാനവികതയെയും മനുഷ്യത്വത്തിലുറച്ച കലാപ ബോധത്തെയും മാനവികമായ വിമതതയെയും ഗോപൻ കൈവിട്ടില്ല. ആ മനുഷ്യപ്പറ്റാണ് കണ്ണാടിയിൽ കണ്ടത്. അതായിരുന്നു ഗോപന്റെ യഥാർഥ വാർത്ത. മറ്റേതു മാധ്യമപ്പതിവ് അനുസരിച്ചുള്ള നിരീക്ഷണവും.

ഇടതുപക്ഷത്തിന്റെ അധികാരക്രീഡകൾക്കപ്പുറത്തു നിന്ന ആ ഇടതുപക്ഷ വിമതത അല്ലെങ്കിൽ ജനകീയത ആണ് പ്രവൃത്തിരംഗത്തു താൻ ഇടപെടേണ്ടിവന്ന വിവിധ ജനുസ്സുകളിൽപ്പെട്ട വരേണ്യവർഗങ്ങൾക്കിടയിലൂടെ, വെള്ളത്തിൽ ഒഴുകുന്ന ചേമ്പിലപോലെ കടന്നുപോകാൻ ഗോപനെ സഹായിച്ചത്.

രാഷ്ട്രീയാധികാരത്തിന്റേയും സാമ്പത്തികാധാരത്തിന്റേയും കെട്ടുകാഴ്ചകൾ ഗോപനെ കുടുക്കിയില്ല. കുലുക്കിയതുമില്ല. സങ്കുചിത ചിന്തകൾക്ക് ഗോപന്റെ ഹൃദയത്തിൽ അണുവിടപോലും സ്ഥാനമില്ലായിരുന്നു. ഒരിക്കൽ കേരളത്തിൽ നിറഞ്ഞുനിന്ന സംസ്കാരസമ്പന്നവും നവോത്ഥാനമൂല്യഭരിതവും മനുഷ്യസ്നേഹിയുമായ ഇടതുപക്ഷ മനശ്ശാസ്ത്രത്തിന്റെ അവസാന ഉദാഹരണങ്ങളിലൊന്നായിരുന്നു ഗോപൻ. ഒരു മുഖ്യധാരാ ടെലിവിഷൻ വാർത്താമേധാവി എന്ന നിലയിൽ ഗോപന് ഇടതുപക്ഷത്തിന്റെ ധാർമ്മിക-സാംസ്കാരിക-ജനാധിപത്യമൂല്യത്തകർച്ചയെ കണ്ടില്ലെന്നു നടിക്കേണ്ടിവന്നിട്ടുണ്ടെങ്കിലും ഉള്ളിന്റെയുള്ളിൽ ഗോപൻ പി. കൃഷ്ണപിള്ളയുടെ വിധവ തങ്കമ്മയുടെ മകൻ തന്നെയായിരുന്നു. അതൊരു തിരിച്ചറിയൽ കാർഡ് ആയി ഗോപൻ ഉപയോഗിച്ചുമില്ല. മറ്റൊരുവശത്ത് ഗോപൻ സഹിഷ്ണുതയും സാഹോദര്യവും സ്നേഹവും ലോഭമില്ലാതെ സഹപ്രവർത്തകർക്കു നൽകിയ ഉദാരഹൃദയനായ ടീം മേധാവിയായിരുന്നു. ഗോപനിലെ ഫ്യൂഡൽ മൂല്യം അതിന്റെ ഏറ്റവും അഭിമതമായ രൂപത്തിലാണ് പ്രത്യക്ഷപ്പെട്ടത് - വാത്സല്യം, ശ്രദ്ധ. ഒരു വാർത്താചാനൽ മേധാവി എന്ന നിലയിൽ ഗോപന് എത്രയോ ഒത്തുതീർപ്പുകൾ നടത്തേണ്ടിവന്നിട്ടുണ്ട്. പക്ഷേ അവയുടെ നടുവിലും ഗോപൻ എന്ന മനുഷ്യനിലെ ജനാധിപത്യവാദിയും മതേതര വിശ്വാസിയും നിലനിന്നു.

1980-കളിലാണ് ഗോപൻ ദൽഹിയിൽ മാതൃഭൂമിയുടെ ഒരു ജൂനിയർ റിപ്പോർട്ടറായി പ്രവേശിക്കുന്നത്. വി.കെ. മാധവൻകുട്ടിയാണ് ബ്യൂറോ ചീഫ്. അദ്ദേഹം തന്റെ കണിശമായ ശൈലിയിൽ ബ്യൂറോ നടത്തുന്നു. കേരളത്തിൽ നിന്നും വരുന്ന പുതിയ റിപ്പോർട്ടർമാരെ പ്രസ് ക്ലബ്ബിലേക്ക് ആനയിക്കുക, ഒരു ഡ്രിങ്ക് മേടിച്ചു കൊടുക്കുക എന്ന പതിവുണ്ട്. ദൽഹിയിലെ മാധ്യമലോകത്തിലേക്ക് ഒന്നാംചുവടുവയ്ക്കുന്ന ഒരു ചടങ്ങാണ് ഇത്. അവരുടെ സ്വന്തം സീനിയേഴ്സ് ഇതു ചെയ്യാറില്ല. കാരണം മലയാളികളുടെ ഒരു രീതി അനുസരിച്ച് അതു ചെയ്യാൻ പാടില്ലല്ലോ. അങ്ങനെ ഗോപന് പ്രസ് ക്ലബ്ബിൽ ആദ്യത്തെ ഡ്രിങ്ക് മേടിച്ചുകൊടുക്കുന്നത് ഞാനായിരുന്നു. എനിക്ക് ആദ്യമായി ഡ്രിങ്ക് മേടിച്ചുതന്നത് ഒ.വി. വിജയനായിരുന്നു.

അന്നുമുതൽ തുടങ്ങിയ സൗഹൃദമാണ്. അതു ഘട്ടങ്ങളിലൂടെയും മാറ്റങ്ങളിലൂടെയും കടന്നുപോകവേ എന്റെയും ഗോപന്റെയും ജോലികൾ മാറുന്നു. പക്ഷേ കുടുംബവും കുടുംബവും തമ്മിലുള്ള ബന്ധങ്ങൾ മാറുന്നില്ല. ഗോപന്റെ മക്കൾ ഗായത്രിയെയും കാവേരിയെയും ജനിച്ച

നാൾ മുതൽ കാണുന്നു. ഹൈദറിന്റെ അതിഥിസൽക്കാരം പ്രശസ്തമാണ്. ഏതു സമയത്തു ചെന്നാലും വയർ നിറയെ സ്വാദിഷ്ഠമായ, സ്നേഹത്തോടെ വിളമ്പുന്ന ഭക്ഷണം. അതാസ്വദിച്ചിരുന്ന എത്രയോ പേർ ഉണ്ടായിരുന്നു. ഗോപന്റെ മോട്ടോർസൈക്കിൾ ആയിരുന്നു മറ്റൊരു കണ്ണി. പലപ്പോഴും പ്രസ് ക്ലബിൽ നിന്ന് രാത്രി വൈകി ഇറങ്ങുമ്പോൾ ബസ്സെല്ലാം പോയിക്കാണും. അപ്പോൾ ഗോപന്റെ മോട്ടോർസൈക്കിൾ ആണ് ആർ.കെ.പുരത്ത് എത്താൻ ഒരേയൊരു ആശ്രയം. അങ്ങനെയൊരു യാത്രയിൽ വണ്ടി വഴിയിൽ നിന്നു പോയി. ക്ലച്ച് വയർ പൊട്ടിപ്പോയതാണ്. ജനുവരിയാണ്, കൊടുംതണുപ്പാണ്. ഞാൻ പിറകിലിരുന്നു ക്ലച്ച് വയർ വായിൽ കടിച്ചുപിടിക്കുന്നു. ഗോപൻ വണ്ടിയോടിച്ച് എന്നെ കൊണ്ടുവിടുന്നു.

ഗോപനുമായുള്ള ഇത്തരം നിമിഷങ്ങൾ ധാരാളം പേർക്കുണ്ട്. ഗോപന്റെ കൂടെ സ്നേഹിച്ചും സന്തോഷിച്ചും കലഹിച്ചും ജീവിച്ചിട്ടുള്ള ധാരാളം പേരുണ്ട്. ഞാനും ഗോപനുമായി അടിയുണ്ടാക്കിയിട്ടുണ്ട്. അങ്ങോട്ടും അടിച്ചിട്ടുണ്ട്. എന്നെയും അടിച്ചിട്ടുണ്ട്. ഞങ്ങൾ രണ്ടുപേരും കൂടി മറ്റുള്ളവരെയും അടിച്ചിട്ടുണ്ട്. ഗോപൻ എന്തിനും തയ്യാറാവുകയും ഒപ്പം തന്റെ പണി ചെയ്യുന്നതിൽ ഒരു ഒത്തുതീർപ്പും നടത്താതിരിക്കുകയും ചെയ്തു.

ഗോപന്റെ ടെലിവിഷൻ ജീവിതം ആരംഭിക്കുന്നതിനെപ്പറ്റിയുള്ള ഒരോർമ്മകൂടി കുറിക്കട്ടെ. കാരണം, ഈ ഓർമകൾ പങ്കുവയ്ക്കുന്നവർ ഇനി അധികമില്ല. ഗോപൻ മാതൃഭൂമിയുടെ ദൽഹി ബ്യൂറോയിൽ വി.കെ. മാധവൻകുട്ടിയുടെ കീഴിൽ റിപ്പോർട്ടർ ആയി പ്രവർത്തിക്കുന്നു. വൈകുന്നേരങ്ങളിൽ വാർത്തയിൽ മൂക്കോളം മുങ്ങിയിരിക്കുന്ന മാധവൻകുട്ടിയുടെ മേശയ്ക്കുചുറ്റും കൂടുന്നവരിൽ ഒ.വി. വിജയനും സിംഗപ്പൂർ ഗോപൻ എന്ന വി. ഗോപകുമാറും പി.വി. തോമസും ഞാനും അങ്ങനെ ഒത്തിരിപ്പേരുണ്ട്. മാധവൻകുട്ടിയുടെ വാർത്താസൃഷ്ടി ഇങ്ങനെയുള്ളവരെ അതിജീവിച്ചുകൊണ്ടാണ്. ഗോപനെ ആദ്യം കാണുന്നത് മാധവൻകുട്ടി പരിചയപ്പെടുത്തുമ്പോഴാണ്. മെലിഞ്ഞ് താടിവെച്ച് സുമുഖനായ തലയെടുപ്പുള്ള ചെറുപ്പക്കാരൻ. അനായാസമായ സൗഹൃദശേഷി. മാധവൻകുട്ടിയുടെ ഒരു കൂട്ടുകുടുംബത്തലവന്റേതുപോലെയുള്ള നിഷ്കളങ്കമായ കടുംപിടിത്തങ്ങളെ അതിജീവിച്ചാണ് ഗോപൻ എന്ന കലാപവേദിയുടെ കഴിഞ്ഞുകൂടൽ. എന്നെ ശശികുമാർ പി.ടി.ഐ പബ്ലിക്കേഷന്റെ ചുമതലക്കാരനായി ഇരുത്തിയിരിക്കുകയാണ്. ഇന്ത്യാടുഡേയിലും അല്പം പണിയുണ്ട്. ശശിയാണ് പി.ടി.ഐ ടി.വിയുടെ മേധാവി. പി.ടി.ഐ ടി.വി അക്കാലത്താണ് തിരുവനന്തപുരം ദൂരദർശനുവേണ്ടി ഒരു പ്രതിവാര ന്യൂസ് കാപ്സ്യൂൾ ഉണ്ടാക്കിത്തുടങ്ങിയത്. ഞാനും അതിൽ സഹകരിക്കുന്നുണ്ട്. കാപ്സ്യൂൾ അവതരിപ്പിക്കാൻ ആദ്യം കൊണ്ടുവന്നതു ദൂരദർശനിൽ ഇംഗ്ലീഷ് വാർത്ത വായിച്ചിരുന്ന രണ്ടു മലയാളി വനിതകളെയാണ്. ഇരുവർക്കും മലയാളം വഴങ്ങുന്നില്ല.

ഇനിയാര് എന്നു ചിന്തിക്കുമ്പോൾ ശശികുമാർ പറഞ്ഞു. "മാധവൻകുട്ടി യുടെ ഓഫീസിൽ ഒരു താടിക്കാരൻ ഉണ്ടല്ലോ, നല്ല കാമറ പ്രസൻസ് ഉണ്ട്. അങ്ങേരെ ഒന്നു പരീക്ഷിച്ചാലോ?" അങ്ങനെ ദൽഹിയിലെ എന്റെ തലതൊട്ടപ്പനായ മാധവൻകുട്ടി അറിയാതെ - അദ്ദേഹത്തിനു തന്റെ സ്റ്റാഫ് കടംപോകുന്നത് ഒട്ടും ഇഷ്ടമല്ലായിരുന്നു - ഞാൻ ഗോപനെ ശശിയുടെ ഓഫീസിലെത്തിച്ചു. കാമറാ ടെസ്റ്റ് നടന്നു. ഗോപൻ ന്യൂസ് കാപ്സ്യൂളിന്റെ അവതാരകനായി. കാപ്സ്യൂൾ കുറച്ചുകാലം കഴിഞ്ഞു കഥാവശേഷമായി. ഗോപൻ പത്രപ്രവർത്തനത്തിൽ മുഴുകുകയും ചെയ്തു.

പിന്നീട് നാലഞ്ചുവർഷം കഴിഞ്ഞ് ഏഷ്യാനെറ്റ് പിച്ചവെച്ചു തുടങ്ങു മ്പോൾ ഗോപൻ തിരുവനന്തപുരത്ത് സ്റ്റേറ്റ്സ്മാൻ ലേഖകനാണ്. ഏഷ്യാനെറ്റിന്റെ, പണ്ഡിറ്റ്സ് കോളനിയിലെ ചെറിയ ഓഫീസിലിരുന്നു ബി.ആർ.പി. ഭാസ്കറും എൻ.മോഹനനും വീരരാഘവനും അടങ്ങുന്ന സംഘം ആദ്യത്തെ പരിപാടികൾ കരുപിടിപ്പിക്കുമ്പോൾ ഒരു പ്രതിവാര ന്യൂസ് കാപ്സ്യൂളിന്റെ ആശയം ഉദിച്ചു. അവതാരകനായി ഗോപന്റെ പേരുതന്നെയാണ് ആദ്യം ഉയർന്നുവന്നത്. ആദ്യം 'കണ്ണാടി' ചെയ്തിരു ന്നത് എൻ.ടി.വി എന്ന പ്രൊഡക്ഷൻ ഹൗസാണ്. ആറേഴു വർഷ ങ്ങൾക്കു ശേഷമാണ് ഗോപൻ ഏഷ്യാനെറ്റിൽ മുഴുവൻ സമയ അംഗ മായി ചേർന്നതും ഏഷ്യാനെറ്റ് ന്യൂസ്, 'കണ്ണാടി' ഏറ്റെടുത്തതും.

പക്ഷേ, ഏഷ്യാനെറ്റിനെ ഒന്നുമില്ലായ്മയിൽ നിന്നും പണിതു യർത്തിയ ആ ആരംഭകാലത്തിന്റെ ഹരങ്ങളിലും തത്രപ്പാടുകളിലും ഗോപൻ മുഴുസമയ അംഗത്തെപ്പോലെ പങ്കുചേർന്നിരുന്നു. 'കണ്ണാടി'ക്കും ഏഷ്യാനെറ്റിനും ഇരുപത്തിയഞ്ചു വയസ്സാകാൻ പോകുകയാണ്. ആ ജന്മദിനത്തെ എതിരേൽക്കാൻ സെന്റിമെന്റലാവാൻ മടിയില്ലാത്ത ഗോപനു കഴിയാതെ പോയി.

'കണ്ണാടി'യാണ് ഒരുപക്ഷേ, മലയാളത്തിൽ ഉണ്ടായിട്ടുള്ള മനുഷ്യ പ്പറ്റുള്ള ഒരു വാർത്താപരിപാടി. മനുഷ്യപ്പറ്റ് എന്ന വാക്ക് ഒരു ക്ലീഷേ യാണെന്ന് പറഞ്ഞാൽപോലും, സാധാരണ മനുഷ്യരെ മുന്നിൽ കണ്ടു കൊണ്ടു ഗോപൻ കണ്ണാടിയുടെ നല്ലപങ്കും മനുഷ്യനുവേണ്ടി മാറ്റിവെച്ചു. അത് എളുപ്പമല്ല. കാരണം മനുഷ്യപ്പറ്റോടുകൂടിയ കാര്യങ്ങൾ കാണാനല്ല പൊതുവിൽ ആളുകൾക്കു താത്പര്യം. അവിടെയാണു ഗോപനിലെ ഹ്യൂമനിസ്റ്റ് നിലപാടുകൾ സ്വീകരിച്ചത്. ഇടതുപക്ഷവാദിയും മനുഷ്യ വാദിയും ചേർന്നുനിന്നു. അതിപ്പോൾ കഴിഞ്ഞു. ഗോപന്റെ കാലം കഴിഞ്ഞു. മാധ്യമരംഗം ഭീകരപതനങ്ങളിലേക്കു കൂപ്പുകുത്തുന്നു. ആ അധഃപതനങ്ങൾക്കു കൂടുതൽ സാക്ഷിയാകേണ്ട ബാധ്യത ഗോപനു വന്നില്ല.

ഏഷ്യാനെറ്റ് ന്യൂസ് 1977ൽ പ്രസിദ്ധീകരിച്ച 'ടിഎൻജി: ടി.എൻ. ഗോപകുമാർ ഓർമ്മപ്പുസ്തകം' എന്ന ഗ്രന്ഥത്തിൽ നിന്ന്.

www.ingramcontent.com/pod-product-compliance
Lightning Source LLC
LaVergne TN
LVHW041540070526
838199LV00046B/1764
* 9 7 8 9 3 8 6 4 4 0 7 5 4 *